Spænsk Matarfegurð
Að Kynnast Bragðum Suðurlands

María García

SAMANTEKT

SÚKKULAÐIPERUR MEÐ PIPAR 25
    INNIHALD 25
    VINNSLA 25
    UMFERÐ 25
ÞRJÁ SÚKKULAÐI KÖKUKAKA 26
    INNIHALD 26
    VINNSLA 26
    UMFERÐ 27
Svissneskur marengs 28
    INNIHALD 28
    VINNSLA 28
    UMFERÐ 28
BANANARREMI MEÐ HESSELNUTURREMI 29
    INNIHALD 29
    VINNSLA 29
    UMFERÐ 30
Sítrónukaka sem byggist á súkkulaði 31
    INNIHALD 31
    VINNSLA 31
    UMFERÐ 32
TIRAMISU 33
    INNIHALD 33
    VINNSLA 33
    UMFERÐ 34

INTXAURSALSA (hnetukrem) 35
    INNIHALD 35
    VINNSLA 35
    UMFERÐ 35
MJÓLK REIÐUR 36
    INNIHALD 36
    VINNSLA 36
    UMFERÐ 36
KATTATUNGA 37
    INNIHALD 37
    VINNSLA 37
    UMFERÐ 37
APPELSINS KEX 38
    INNIHALD 38
    VINNSLA 38
    UMFERÐ 38
RISTAÐ EPL MEÐ PORTÚT 39
    INNIHALD 39
    VINNSLA 39
    UMFERÐ 39
ELDAR MERSINGS 40
    INNIHALD 40
    VINNSLA 40
    UMFERÐ 40
RJÓM 41
    INNIHALD 41

VINNSLA 41

UMFERÐ 41

PANNA COTTA NAMMI MEÐ FJÓLLA 42

   INNIHALD 42

   VINNSLA 42

   UMFERÐ 42

sítruskökur 43

   INNIHALD 43

   VINNSLA 43

   UMFERÐ 44

MANGA UPPBYGGING 45

   INNIHALD 45

   VINNSLA 45

   UMFERÐ 45

JÓGÚRTTAKA 46

   INNIHALD 46

   VINNSLA 46

   UMFERÐ 46

Rósmarín bananakompót 47

   INNIHALD 47

   VINNSLA 47

   UMFERÐ 47

BRULE krem 48

   INNIHALD 48

   VINNSLA 48

   UMFERÐ 48

GYpsy Arms FULLT AF RJÓMI 49
    INNIHALD 49
    VINNSLA 49
    UMFERÐ 49
eggjabaka 50
    INNIHALD 50
    VINNSLA 50
    UMFERÐ 50
JARÐARBERJA JAVA hlaup 51
    INNIHALD 51
    VINNSLA 51
    UMFERÐ 51
muffins 52
    INNIHALD 52
    VINNSLA 52
    UMFERÐ 52
Sjúkrahús heilags Jóns 53
    INNIHALD 53
    VINNSLA 53
BOLOGNA SÓSA 54
    INNIHALD 54
    VINNSLA 54
    UMFERÐ 55
BRODO BIANCO (POLLO O VITELLO) 56
    Hráefni 56
    FRÆÐI 56

- IL GIRO ... 56
- POMODORI ... 58
  - Hráefni ... 58
  - FRÆÐI ... 58
  - UMFERÐ ... 58
- RÓBERTO SOS ... 59
  - INNIHALD ... 59
  - VINNSLA ... 59
  - UMFERÐ ... 59
- BLEIK SÓSA ... 60
  - INNIHALD ... 60
  - VINNSLA ... 60
  - UMFERÐ ... 60
- FISKPOKI ... 61
  - INNIHALD ... 61
  - VINNSLA ... 61
  - UMFERÐ ... 61
- ÞÝSK SÓSA ... 62
  - INNIHALD ... 62
  - VINNSLA ... 62
  - UMFERÐ ... 62
- HRAKKAR SÓSA ... 63
  - INNIHALD ... 63
  - VINNSLA ... 63
  - UMFERÐ ... 64
- SVART BOUILLON (KJÚKLINGUR EÐA nautakjöt) ... 65

- INNIHALD 65
- VINNSLA 65
- UMFERÐ 66
- PICON MOJO 67
  - INNIHALD 67
  - VINNSLA 67
  - UMFERÐ 67
- PESTÓ SÓSA 68
  - INNIHALD 68
  - VINNSLA 68
  - UMFERÐ 68
- SÚR SÆT SÓSA 69
  - INNIHALD 69
  - VINNSLA 69
  - UMFERÐ 69
- GRÆNIR MOJITOS 70
  - INNIHALD 70
  - VINNSLA 70
  - UMFERÐ 70
- BECHAMELLA SÓSA 71
  - INNIHALD 71
  - VINNSLA 71
  - UMFERÐ 71
- sósuveiðimaður 72
  - INNIHALD 72
  - VINNSLA 72

UMFERÐ 72
AIOLI SÓSA 73
   INNIHALD 73
   VINNSLA 73
   UMFERÐ 73
BANDARÍSK SÓSA 74
   INNIHALD 74
   VINNSLA 74
   UMFERÐ 75
SÓLFÆÐINGARSÓSA 76
   INNIHALD 76
   VINNSLA 76
   UMFERÐ 76
BBQ sósa 77
   INNIHALD 77
   VINNSLA 77
   UMFERÐ 78
baunasósa 79
   INNIHALD 79
   VINNSLA 79
   UMFERÐ 79
KARBONARA SÓSA 80
   INNIHALD 80
   VINNSLA 80
   UMFERÐ 80
sælkera sósu 81

INNIHALD 81

VINNSLA 81

UMFERÐ 81

CUMBERLAND SÓSA 82

INNIHALD 82

VINNSLA 82

UMFERÐ 83

karrísósu 84

INNIHALD 84

VINNSLA 84

UMFERÐ 85

HVÍTLAUKSSÓSA 86

INNIHALD 86

VINNSLA 86

UMFERÐ 86

AÐEINS SÓSA 87

INNIHALD 87

VINNSLA 87

UMFERÐ 87

EPLASAFI 88

INNIHALD 88

VINNSLA 88

UMFERÐ 88

TÓMATSÓSA 89

INNIHALD 89

VINNSLA 89

UMFERÐ 90
PEDRO XIMENEZ VÍNSÓSA 91
    INNIHALD 91
    VINNSLA 91
    UMFERÐ 91
RJÓMASÓSA 92
    INNIHALD 92
    VINNSLA 92
    UMFERÐ 92
majónesi majónesi 93
    INNIHALD 93
    VINNSLA 93
    UMFERÐ 93
JÓGÚRT OG DILLE SÓSA 94
    INNIHALD 94
    VINNSLA 94
    UMFERÐ 94
Djöflasósa 95
    INNIHALD 95
    VINNSLA 95
    UMFERÐ 95
SPÆNSK SÓSA 96
    INNIHALD 96
    VINNSLA 96
    UMFERÐ 96
Hollensk sósa 97

INNIHALD 97
VINNSLA 97
UMFERÐ 97
ÍTALSK SÓSA 98
INNIHALD 98
VINNSLA 98
UMFERÐ 99
MUSSELIN SÓSA 100
INNIHALD 100
VINNSLA 100
UMFERÐ 100
REMÚLAÐSÓSA 101
INNIHALD 101
VINNSLA 101
UMFERÐ 101
BIZCAINA SÓSA 102
INNIHALD 102
VINNSLA 102
UMFERÐ 102
RAUÐ SÓSA 103
INNIHALD 103
VINNSLA 103
UMFERÐ 103
MORGUNSÓSA 104
INNIHALD 104
VINNSLA 104

UMFERÐ 104
ROMASCO SÓSA 105
    INNIHALD 105
    VINNSLA 105
    UMFERÐ 106
SOUBIS SÓSA 107
    INNIHALD 107
    VINNSLA 107
    UMFERÐ 107
TARTARSÓSA 108
    INNIHALD 108
    VINNSLA 108
    UMFERÐ 108
KARAMELLUSÓSA 109
    INNIHALD 109
    VINNSLA 109
    UMFERÐ 109
POTTAR 110
    INNIHALD 110
    VINNSLA 110
    UMFERÐ 110
FLAULUSÓSA 111
    INNIHALD 111
    VINNSLA 111
    UMFERÐ 111
sósu sósu 112

INNIHALD 112

VINNSLA 112

UMFERÐ 112

RAUÐIR Ávextir Í MYNTU SÆTVÍN 113

INNIHALD 113

VINNSLA 113

UMFERÐ 113

UMFERÐ 114

WHISKIS KJÚKLINGUR KJÚKLINGUR 115

INNIHALD 115

VINNSLA 115

UMFERÐ 115

RISTIN ÖND 115

INNIHALD 116

VINNSLA 116

UMFERÐ 116

VİLLAROY Kjúklingabringur 118

INNIHALD 118

VINNSLA 118

UMFERÐ 119

Kjúklingabringur með sítrónu sinnepssósu 120

INNIHALD 120

VINNSLA 120

UMFERÐ 121

RISTIN PINTADA MEÐ plómum og sveppum 122

INNIHALD 122

VINNSLA 122

UMFERÐ 123

VILLAROY KJÚKLINGUR EN FYLTUR MEÐ MODENA EDIKI OG KARAMELLIÐU PICULO 124

    INNIHALD 124

    VINNSLA 124

    UMFERÐ 125

Kjúklingabringur fylltar með pancetta, sveppum og osti 126

    INNIHALD 126

    VINNSLA 126

    UMFERÐ 127

SÆTT VÍN MEÐ Plómukjúklingi 128

    INNIHALD 128

    VINNSLA 128

    UMFERÐ 129

APPELSINS KJÚKLINGAFRÆÐI MEÐ morgunmat 130

    INNIHALD 130

    VINNSLA 130

    UMFERÐ 130

MARINE rjúpur 131

    INNIHALD 131

    VINNSLA 131

    UMFERÐ 131

Kjúklingaveiðari 132

    INNIHALD 132

    VINNSLA 132

UMFERÐ 133
COCA COLA STÍL Kjúklingavængur 134
   INNIHALD 134
   VINNSLA 134
   UMFERÐ 134
Hvítlaukskjúklingur 135
   INNIHALD 135
   VINNSLA 135
   UMFERÐ 136
Kjúklingastrákur 137
   INNIHALD 137
   VINNSLA 137
   UMFERÐ 138
MARINERÐ MEÐ QUAIL OG RAUÐUM ÁVENDUM 139
   INNIHALD 139
   VINNSLA 139
   UMFERÐ 140
Sítrónukjúklingur 141
   INNIHALD 141
   VINNSLA 141
   UMFERÐ 142
SERRANO JAMMON, CASAR PASTA OG SAN JACOBO KJÚKLINGUR MEÐ ROCKET 143
   INNIHALD 143
   VINNSLA 143
   UMFERÐ 143

OFN CURY KJÚKLINGUR 144
    INNIHALD 144
    VINNSLA 144
    UMFERÐ 144
KJÚKLINGUR Í RAUÐVÍN 145
    INNIHALD 145
    VINNSLA 145
    UMFERÐ 146
SVARTBJÓRSRITIÐUR KJÚKLINGUR 147
    INNIHALD 147
    VINNSLA 147
    UMFERÐ 148
súkkulaðihryggur 149
    INNIHALD 149
    VINNSLA 149
    UMFERÐ 150
RISTAÐIR FJÓRIR HÆLUR MEÐ RAUÐRI ÁVAXTASÓSU 151
    INNIHALD 151
    VINNSLA 151
    UMFERÐ 152
RISTAÐUR KJÚKLINGUR MEÐ FERSKUSÓSU 153
    INNIHALD 153
    VINNSLA 153
    UMFERÐ 154
Kjúklingaflök fyllt með spínati og mozzarella 155
    INNIHALD 155

VINNSLA 155

UMFERÐ 155

CAVA ristaður kjúklingur 156

    INNIHALD 156

    VINNSLA 156

    UMFERÐ 156

Kjúklingaspjót með hnetusósu 157

    INNIHALD 157

    VINNSLA 157

    UMFERÐ 158

PEPITORIA Kjúklingur 159

    INNIHALD 159

    VINNSLA 159

    UMFERÐ 160

APPELSINS KJÚKLINGUR 161

    INNIHALD 161

    VINNSLA 161

    UMFERÐ 162

PORCINI Kjúklingur grófur 163

    INNIHALD 163

    VINNSLA 163

    UMFERÐ 164

KJÚKLINGASAUTET MEÐ HESSELHNETU OG SOJABAUN 165

    INNIHALD 165

    VINNSLA 165

    UMFERÐ 166

RISTAÐUR MÖNLUSÚKKULAÐI KJÚKLINGUR 167
    INNIHALD 167
    VINNSLA 167
    UMFERÐ 168
LAMBASKJÖLDUR MEÐ RAUÐRI PIPAR SINNEPPSSÓSU 169
    INNIHALD 169
    VINNSLA 169
    UMFERÐ 170
PORT FULLT nautakjötsbardaga 171
    INNIHALD 171
    VINNSLA 171
    UMFERÐ 172
MADRILEYA Kjötbolti 173
    INNIHALD 173
    VINNSLA 174
    UMFERÐ 174
SÚKKULAÐI Nautakinn 175
    INNIHALD 175
    VINNSLA 175
    UMFERÐ 176
CONFIT BED POG TERTA MEÐ SÆTRI VÍNSÓSU 177
    INNIHALD 177
    VINNSLA 177
    UMFERÐ 178
MERKIÐ KANIN 179
    INNIHALD 179

VINNSLA 179

UMFERÐ 180

PEPITORIA KJÖTBOLTA MEÐ HESSELNUSÓSU 181

   INNIHALD 181

   VINNSLA 182

   UMFERÐ 182

KJÖTKJÖTT MEÐ SVÖRTUM BJÓR 183

   INNIHALD 183

   VINNSLA 183

   UMFERÐ 184

MADRLETTRÍPUR 185

   INNIHALD 185

   VINNSLA 185

   UMFERÐ 186

RISTAÐUR SVÍNAKJÓTIÐ MEÐ EPLUM OG MYNTU 187

   INNIHALD 187

   VINNSLA 187

   UMFERÐ 188

Kjúklingakjötbollur með hindberjasósu 189

   INNIHALD 189

   VINNSLA 190

   UMFERÐ 190

Lambakjöt 191

   INNIHALD 191

   VINNSLA 191

   UMFERÐ 192

kanína civet 193
   INNIHALD 193
   VINNSLA 193
   UMFERÐ 194
KANIN MEÐ PIPERRADA 195
   INNIHALD 195
   VINNSLA 195
   UMFERÐ 195
Fylltar kjúklingakjötbollur með osti í karrýsósu 196
   INNIHALD 196
   VINNSLA 197
   UMFERÐ 197
RAUÐVÍNKODDAR 198
   INNIHALD 198
   VINNSLA 198
   UMFERÐ 199
COCHIFRITO NAVARRE 200
   INNIHALD 200
   VINNSLA 200
   UMFERÐ 200
Nautapott með hnetusósu 201
   INNIHALD 201
   VINNSLA 201
   UMFERÐ 202
BRUNNAÐUR POW 203
   INNIHALD 203

VINNSLA 203

UMFERÐ 203

Ristað hvítkálsrúlla 204

    INNIHALD 204

    VINNSLA 204

    UMFERÐ 204

VEIÐIKANIN 205

    INNIHALD 205

    VINNSLA 205

    UMFERÐ 206

MADRILEAA kálfsstimpil 207

    INNIHALD 207

    VINNSLA 207

    UMFERÐ 207

SVEPPE Kanínusósa 208

    INNIHALD 208

    VINNSLA 208

    UMFERÐ 209

IBER SKEL Í HVÍVÍN OG HUNANGI 210

    INNIHALD 210

    VINNSLA 210

    UMFERÐ 210

SÚKKULAÐIPERUR MEÐ PIPAR

INNIHALD

150 g súkkulaði

85 g sykur

½ lítri af mjólk

4 perur

1 stafur af kanil

10 svartur pipar

VINNSLA

Afhýðið perurnar án þess að fjarlægja stilkana. Eldið í mjólk með sykri, kanilstöngum og svörtum pipar í 20 mínútur.

Sigtið perurnar, sigtið mjólkina og bætið súkkulaðinu út í. Minnka, hrærið stöðugt, þar til þykknar. Berið perurnar fram með súkkulaðisósu.

UMFERÐ

Þegar perurnar eru soðnar skaltu opna þær eftir endilöngu, fjarlægja fræin og skreyta með mascarpone og sykri. Loka og árstíð. Yndislegt.

ÞRJÁ SÚKKULAÐI KÖKUKAKA

INNIHALD

150 g hvítt súkkulaði

150 g dökkt súkkulaði

150 g mjólkursúkkulaði

450 ml rjómi

450 ml mjólk

4 matskeiðar af smjöri

1 pakki af Maríu kexi

3 pokar af osti

VINNSLA

Myljið kexið og bræðið smjörið. Blandið kexinu saman við smjörið og mótið kökubotninn í mót sem hægt er að taka af. Látið það hvíla í frysti í 20 mínútur.

Hitið á meðan 150 g mjólk, 150 g rjóma og 150 g súkkulaði í skál. Um leið og það byrjar að sjóða er 1 poki af skyri þynnt út með smá mjólk í glasi og bætt út í blönduna í pottinum. Taktu það út um leið og það er eldað aftur.

Setjið fyrsta súkkulaðið á kökudeigið og látið það standa í frysti í 20 mínútur.

Gerðu það sama með hitt súkkulaðið og settu það ofan á fyrsta lagið. Og endurtaktu ferlið með þriðja súkkulaðinu. Látið hvíla í frysti eða kæli þar til tilbúið er til framreiðslu.

UMFERÐ

Einnig er hægt að nota annað súkkulaði eins og myntu eða appelsínu.

Svissneskur marengs

INNIHALD

250 g sykur

4 eggjahvítur

klípa af salti

nokkrir dropar af sítrónusafa

VINNSLA

Þeytið eggjahvítur með þeytara þar til þær eru stífar. Bætið sítrónusafanum, smá salti og sykri út í smátt og smátt án þess að hætta að slá.

Þegar þú hefur lokið við að bæta við sykrinum skaltu þeyta í 3 mínútur í viðbót.

UMFERÐ

Þegar þeyttar eggjahvítur eru harðar erum við að tala um point de pointe eða point de neige.

BANANARREMI MEÐ HESSELNUTURREMI

INNIHALD

100 g hveiti

25 g smjör

25 g sykur

1½ dl mjólk

8 matskeiðar af heslihneturjóma

2 matskeiðar af rommi

1 matskeið af flórsykri

2 bananar

1 egg

½ poki af ger

VINNSLA

Þeytið saman egg, ger, romm, hveiti, sykur og mjólk. Látið það hvíla í kæliskápnum í 30 mínútur.

Hitið smjörið í eldfastri pönnu við vægan hita og dreifið þunnu lagi af deigi yfir allt yfirborðið. Snúið þar til það er léttbrúnað.

Afhýðið og skerið bananana í sneiðar. Smyrjið 2 msk af heslihneturjóma og ½ banana á hverja pönnuköku. Hyljið með vefju og stráið flórsykri yfir.

UMFERÐ

Hægt er að búa til crepes fyrirfram. Þegar þær eru farnar, hitið þær á pönnu með smá smjöri á báðum hliðum.

Sítrónukaka sem byggist á súkkulaði

INNIHALD

400ml mjólk

300 g sykur

250 gr hveiti

125 g smjör

50 g kakó

50 g maíssterkju

5 eggjarauður

safi úr 2 sítrónum

VINNSLA

Blandið saman hveiti, smjöri, 100 g sykri og kakói til að fá sandblöndu. Bætið síðan við vatni þar til þú færð deig sem festist ekki við hendurnar. Hellið í mót, hellið þessu rjóma og bakið við 170°C í 20 mínútur.

Að öðrum kosti skaltu hita mjólkina. Þeytið á meðan eggjarauður og sykur sem eftir eru þar til þær verða létt hvítar. Bætið síðan sterkjunni út í og blandið henni saman við mjólk. Hitið án þess að hætta að hræra þar til það þykknar. Bætið sítrónusafanum út í og haltu áfram að blanda saman.

Settu kökuna saman með því að fylla botninn með rjóma. Látið hvíla í kæliskáp í 3 klukkustundir áður en það er borið fram.

UMFERÐ

Bætið nokkrum myntulaufum við sítrónukremið til að gefa kökunni fullkominn ferskleika.

TIRAMISU

INNIHALD

500 g mascarpone

120 g sykur

1 pakki af kexkexi

6 egg

Amaretto (eða ristað romm)

1 hátt glas með kaffikönnu (sætt eftir smekk)

kakóduft

salt

VINNSLA

Aðskiljið eggjahvítur og eggjarauður. Þeytið eggjarauðurnar og bætið helmingnum af sykrinum og mascarpone út í. Þeytið í umbúðahreyfingu og setjið til hliðar. Þeytið eggjahvítur með smá salti þar til þær eru stífar (eða stífar). Þegar þær eru næstum þeyttar bætið þá hinum helmingnum af sykrinum út í og klárið að þeyta. Blandið eggjarauðunum og hvítunum saman í mjúkum, umvefjandi hreyfingum.

Dýfið kexinu á báðum hliðum (án þess að blotna of mikið) í kaffi og áfengi og setjið í botninn á skál.

Smyrjið lagi af eggja- og ostarjóma á kexið. Bleytið Soletilla kexið aftur og setjið þau saman á deigið. Endið með ostamauki og stráið kakódufti yfir.

UMFERÐ

Borðaðu á kvöldin eða betra tveimur dögum eftir undirbúning.

INTXAURSALSA (hnetukrem)

INNIHALD

125 g skurnar valhnetur

100 g sykur

1 lítra mjólk

1 lítill kanilstöng

VINNSLA

Sjóðið mjólk með kanil og bætið við sykri og söxuðum valhnetum.

Eldið við lágan hita í 2 klukkustundir og látið kólna áður en það er borið fram.

UMFERÐ

Það ætti að hafa svipað samkvæmni og hrísgrjónabúðingur.

MJÓLK REIÐUR

INNIHALD

175 g sykur

1 lítra mjólk

1 sítrónubörkur

1 stafur af kanil

3 eða 4 eggjahvítur

kanilduft

VINNSLA

Hitið mjólkina með kanilstöngum og sítrónuberki við vægan hita þar til hún fer að sjóða. Bætið sykrinum strax út í og eldið í 5 mínútur í viðbót. Settu það til hliðar og láttu það kólna í ísskápnum.

Þegar það kólnar, þeytið eggjahvíturnar þar til þær freyða og bætið mjólkinni saman við í umbúðahreyfingu. Berið fram með möluðum kanil.

UMFERÐ

Fyrir óviðjafnanlegt graníta skaltu setja í frysti og skafa með gaffli á klukkutíma fresti þar til það er alveg frosið.

KATTATUNGA

INNIHALD

350 g laust hveiti

250 g smyrslaolía

250 g flórsykur

5 eggjahvítur

1 egg

vanillubragð

salt

VINNSLA

Setjið smjör, flórsykur, klípa af salti og smá vanilludrop í skál. Þeytið vel og bætið egginu út í. Haldið áfram að þeyta og bætið eggjahvítunum einni í einu út í á meðan þeytt er. Bætið hveitinu í einu saman án þess að blanda of mikið saman.

Skiljið kremið í flatan stút og búið til ræmur um 10 cm. Látið deigið dreifa sér með því að slá plötunni á borðið og bakið við 200°C þar til brúnirnar eru vel brúnaðar.

UMFERÐ

Bætið 1 matskeið af kókosdufti í deigið til að búa til mismunandi kattatungur.

APPELSINS KEX

INNIHALD

220 g hveiti

200 g sykur

4 egg

1 lítil appelsína

á 1 ger

kanillduft

220 g sólblómaolía

VINNSLA

Blandið eggjum saman við sykur, kanil og appelsínuberki og safa.

Bætið olíunni út í og blandið saman. Bætið sigtuðu hveiti og lyftidufti út í. Látið þessa blöndu hvíla í 15 mínútur og hellið í bollakökuform.

Hitið ofninn í 200°C og bakið í 15 mínútur þar til hann er gullinbrúnn.

UMFERÐ

Þú getur bætt súkkulaðibitum í deigið.

RISTAÐ EPL MEÐ PORTÚT

INNIHALD

80 gr smjör (4 stykki)

8 matskeiðar af púrtvíni

4 matskeiðar af sykri

4 epli

VINNSLA

Afhýðið eplin. Fyllið með sykri og setjið smjör ofan á.

Bakið við 175°C í 30 mínútur. Eftir þennan tíma, stráið hverju epli með 2 matskeiðum af púrtvíni og bakið í 15 mínútur í viðbót.

UMFERÐ

Berið fram heitt með skeið af vanilluís og dreypið safanum sem þeir hafa losað yfir sig.

ELDAR MERSINGS

INNIHALD

400 g kornsykur

100 g flórsykur

¼ lítri eggjahvíta

dropar af sítrónusafa

VINNSLA

Þeytið eggjahvíturnar með sítrónusafanum og sykri þar til þær blandast vel saman í bain-marie. Takið af hitanum og haldið áfram að þeyta (marengsinn þykknar þegar hitinn lækkar).

Bætið flórsykrinum út í og þeytið áfram þar til marengsinn er alveg kaldur.

UMFERÐ

Það er hægt að nota til að húða kökur og skreyta. Ekki fara yfir 60 ºC svo eggjahvítan frjósi ekki.

RJÓM

INNIHALD

170 g sykur

1 lítra mjólk

1 matskeið af maíssterkju

8 eggjarauður

1 sítrónubörkur

Kanill

VINNSLA

Sjóðið mjólkina með sítrónuberki og helmingnum af sykrinum. Þegar sýður er slökkt á hitanum og tekið af hellunni og látið hvíla.

Á hinn bóginn, þeytið eggjarauður með sykri og maíssterkju sem eftir er í skál. Bætið fjórðungi af soðnu mjólkinni út í og haltu áfram að blanda saman.

Bætið eggjarauðublöndunni út í afganginn af mjólkinni og eldið, hrærið stöðugt í.

Við fyrstu suðu er þeytt með þeytara í 15 sekúndur. Takið af hitanum og haldið áfram að þeyta í 30 sekúndur í viðbót. Sigtið og látið kólna. Stráið kanil yfir.

UMFERÐ

Bragðbætt krem, súkkulaði, smákökur, kaffi, rifin kókos o.fl. Til að gera það skaltu einfaldlega fjarlægja viðeigandi bragð af eldavélinni og hræra á meðan það er heitt.

PANNA COTTA NAMMI MEÐ FJÓLLA

INNIHALD

150 gr) Sykur

100 g fjólublár sykur

½ lítra rjómi

½ lítri af mjólk

9 blöð af gelatíni

VINNSLA

Vætið gelatínblöðin með köldu vatni.

Hitið rjóma, mjólk, sykur og karamellu í potti þar til það er bráðnað.

Eftir að það hefur verið tekið af hellunni, bætið gelatíninu út í og blandið þar til það er alveg uppleyst.

Hellið í form og kælið í að minnsta kosti 5 klst.

UMFERÐ

Þessi uppskrift inniheldur kaffimarshmallows, karamellu o.fl. Þú getur aukið fjölbreytni með því að bæta við

sítruskökur

INNIHALD

220 g mjúkt smjör

170 g hveiti

55 g flórsykur

35 g maíssterkju

5 g appelsínubörkur

5 g sítrónubörkur

2 matskeiðar af appelsínusafa

1 matskeið af sítrónusafa

1 eggjahvíta

vanillubragð

VINNSLA

Blandið smjöri, eggjahvítum, appelsínusafa, sítrónusafa, sítrusberki og smá vanilluþykkni mjög hægt saman. Blandið saman og bætið sigtuðu hveiti og maíssterkju saman við.

Setjið deigið í hringstút og teiknið 7 cm hringi á bökunarpappír. Bakið við 175°C í 15 mínútur.

Stráið kexpúðursykri yfir.

UMFERÐ

Bætið möluðum negul og engifer út í deigið. Útkoman er frábær.

MANGA UPPBYGGING

INNIHALD

550 g laust hveiti

400 g mjúkt smjör

200 g flórsykur

125 g mjólk

2 egg

vanillubragð

salt

VINNSLA

Blandið saman hveiti, sykri, klípu af salti og öðru vanilluþykkni. Bætið við ekki of köldu eggjunum einu í einu. Leggið í aðeins heita mjólk og bætið sigtuðu hveitinu út í.

Setjið deigið í hringstút og hellið smá á bökunarpappírinn. Bakið við 180°C í 10 mínútur.

UMFERÐ

Hægt er að setja smá möndluduft utan á, dýfa því í súkkulaði eða stinga kirsuberjum á.

JÓGÚRTTAKA

INNIHALD

375 g hveiti

250 g hrein jógúrt

250 g sykur

1 poki af lyftidufti

5 egg

1 lítil appelsína

1 sítrónu

125 g sólblómaolía

VINNSLA

Þeytið egg og sykur með hrærivél í 5 mínútur. Hrærið jógúrt, olíu, sítrusberki og safa saman við.

Sigtið hveiti og lyftiduft og bætið við jógúrtina.

Smyrjið og hveiti mót. Hellið deiginu og bakið við 165°C í um 35 mínútur.

UMFERÐ

Notaðu bragðbætt jógúrt til að búa til mismunandi smákökur.

Rósmarín bananakompót

INNIHALD

30 g smjör

1 grein af rósmarín

2 bananar

VINNSLA

Afhýðið og skerið bananana í sneiðar.

Setjið þær í pott, hyljið og eldið með smjöri og rósmaríni við mjög lágan hita þar til bananinn er eins og kompott.

UMFERÐ

Þessi kompott passar vel með bæði svínakótilettum og súkkulaðismáköku. Þú getur bætt við 1 matskeið af sykri á meðan þú eldar til að gera hann sætari.

BRULE krem

INNIHALD

100 g reyrsykur

100 g hvítur sykur

400cl rjómi

300cl mjólk

6 eggjarauður

1 vanillustöng

VINNSLA

Opnaðu vanillustöngina og fjarlægðu fræin.

Þeytið mjólkina í skál með hvítum sykri, eggjarauðu, rjóma og vanillustöngum. Fylltu einstök mót með þessari blöndu.

Hitið ofninn í 100°C og bakið í bain-marie í 90 mínútur. Eftir að það hefur kólnað, stráið púðursykri yfir og kveikið í honum með kyndli (eða forhitið ofninn á grillstillingu og eldið þar til sykurinn brennur aðeins).

UMFERÐ

Til að fá dýrindis kakókrem skaltu bæta 1 matskeið af skyndikakói við rjóma eða mjólk.

GYpsy Arms FULLT AF RJÓMI

INNIHALD

250 g súkkulaði

125 g sykur

½ lítra rjómi

Soletilla kex (sjá eftirrétti kafla)

VINNSLA

Gerðu svampköku með Soletilla. Fyllið með þeyttum rjóma og vefjið um sig.

Sjóðið sykur með 125 g af vatni í potti. Bætið súkkulaðinu út í, látið bráðna í 3 mínútur án þess að hætta að hræra og hyljið rúlluna með súkkulaði. Látið hvíla áður en borið er fram.

UMFERÐ

Bætið litlum bitum af ávöxtum við rjómann í sírópinu til að njóta fullkomnari og ljúffengari eftirrétt.

eggjabaka

INNIHALD

200 g sykur

1 lítra mjólk

8 egg

VINNSLA

Gerðu karamellu með sykri við vægan hita og án þess að hræra. Takið af hitanum þegar það er orðið brúnt. Dreifið í einstakar tertur eða hvaða mót sem er.

Þeytið mjólk og egg, forðast myndun froðu. Fjarlægðu alveg ef það er sýnilegt áður en það er sett í mót.

Hellið karamellunni yfir og bakið í bain-marie við 165°C í um 45 mínútur eða þar til nál kemur hrein út.

UMFERÐ

Sama uppskrift er notuð til að búa til dýrindis búðing. Bætið croissant, muffins, kex... daginn áður.

JARÐARBERJA JAVA hlaup

INNIHALD

500 g sykur

150 g jarðarber

1 flaska af freyðivíni

½ pakki af gelatínblöðum

VINNSLA

Hitið cava og sykur í potti. Fjarlægðu gelatínið sem áður hefur verið vökvað í köldu vatni af hitanum.

Berið fram með jarðarberjum í martini glösum og geymið í kæli þar til það er frosið.

UMFERÐ

Það er líka hægt að gera það með hvaða eftirréttarvíni sem er og rauð ber.

muffins

INNIHALD

150 g hveiti

30 g smjör

250ml mjólk

4 egg

1 sítrónu

VINNSLA

Sjóðið mjólkina og smjörið saman við sítrónubörkinn. Þegar sýður er skellin fjarlægð og hveitinu bætt út í í einu. Slökkvið á hitanum og hrærið í 30 sekúndur.

Kveiktu aftur á eldinum og blandaðu í aðra mínútu þar til deigið festist við hliðina á pönnunni.

Hellið deiginu í skál og bætið eggjunum út í einu í einu (ekki bæta því næsta við fyrr en það er vel blandað saman við fyrra deigið).

Steikið bollurnar í litlum skömmtum með sprautupoka eða 2 skeiðar.

UMFERÐ

Rjómi, rjómi, súkkulaði osfrv. hægt að fylla með

Sjúkrahús heilags Jóns

INNIHALD

350 gr hveiti

100 g smjör

40 g furuhnetur

250ml mjólk

1 poki af lyftidufti

börkur af 1 sítrónu og

3 egg

sykur

salt

VINNSLA

Sigtið hveiti og lyftiduft. Blandið því saman og búið til eldfjall. Setjið skeljarnar, 110 g af sykri, smjöri, mjólk, eggjum og smá salti í miðjuna. Hnoðið vel þar til deigið festist ekki við hendurnar.

Fletjið út með kökukefli þar til þú færð þunnt ferhyrnt form. Setjið þær á bökunarplötu klædda bökunarpappír og leyfið þeim að brugga í 30 mínútur.

Penslið kókið með eggjum, stráið furuhnetum yfir og 1 matskeið af sykri. Bakið við 200°C í um 25 mínútur.

BOLOGNA SÓSA

INNIHALD

600 g saxaðir tómatar

500 g hakk

1 glas af rauðvíni

3 gulrætur

2 sellerístilkar (má sleppa)

2 hvítlauksgeirar

1 laukur

upprunalega

sykur

ólífuolía

Salt og pipar

VINNSLA

Saxið laukinn, hvítlaukinn, sellerístilkana og gulrótina smátt. Þegar það er orðið brúnt og grænmetið er meyrt er kjötinu bætt út í.

Þegar kjötið hefur misst bleika litinn skaltu krydda það og hella yfir vínið. Lækkið í 3 mínútur á háum hita.

Bætið rifnum tómötum út í og eldið við vægan hita í 1 klst. Að lokum er salti og sykri bætt út í og timjan bætt út í eftir smekk.

UMFERÐ

Bolognese er alltaf tengt pasta en passar mjög vel með hrísgrjónapílaf.

BRODO BIANCO (POLLO O VITELLO)

Hráefni

1 kg af di ossa di manzo o pollo

1 dl di vino bianco

1 gambo di sedano

1 rametto di timo

2 chiodi di garofano

1 foglia di alloro

1 porro pulito

1 carota pulita

½ kipull

15 grani di pepe nero

FRÆÐI

Metti tutti gli innihaldsefni í una pentola. Coprire con acqua e cuocere a fuoco medio. Quando inizia a bollire, scolatela. Cuocere á 4 málmgrýti.

Filtrare og passae in un altro contenitore. Riservare velocemente in frigorifero.

IL GIRO

Non salare prima dell'uso, perché è più facile che si rovini. Si usa koma brodo stöð á fargjald sale, zuppe, piatti di riso, stufati, ecc.

POMODORI

Hráefni

1 kg af pomodori

120 g di cipolle

2 spicchi d'aglios

1 rametto di rosmarino

1 rametto di timo

kúrbít

1 dl di olio d'oliva

sölu

FRÆÐI

Tagliare le cipolle e l'aglio a pezzetti. Rosolare dolcemente á 10 mínútur í una casseruola.

Skerið kirsuberjatómatana niður og bætið þeim á pönnuna ásamt ilmandi kryddjurtum. Eldið þar til tómatarnir eru alveg tæmdir.

Saltið og stillið sykur ef þarf.

UMFERÐ

Það má útbúa fyrirfram og geyma í loftþéttu íláti í kæli.

RÓBERTO SOS

INNIHALD

200 g vorlaukur

100 g smjör

½ lítri af seyði

¼ lítri af hvítvíni

1 matskeið af hveiti

1 matskeið sinnep

Salt og pipar

VINNSLA

Steikið saxaðan lauk í smjöri. Bætið hveitinu út í og eldið varlega í 5 mínútur.

Hækkið eldinn, bætið víninu út í og minnkið um helming, hrærið stöðugt í.

Bætið soðinu út í og eldið í 5 mínútur í viðbót. Eftir að hafa tekið af hitanum, bætið sinnepinu út í og kryddið með salti og pipar.

UMFERÐ

Fullkomið til að fylgja svínakjötinu.

BLEIK SÓSA

INNIHALD

250 g majónesisósa (sjá kaflann um seyði og sósur)

2 matskeiðar tómatsósu

2 matskeiðar af koníaki

½ appelsínusafi

Tabasco

Salt og pipar

VINNSLA

Blandið majónesi, tómatsósu, brandi, safa, ögn af tabasco, salti og pipar saman við. Þeytið vel þar til þú færð mjúka sósu.

UMFERÐ

Til að gera sósuna einsleitari skaltu bæta við ½ matskeið af sinnepi og 2 matskeiðum af fljótandi rjóma.

FISKPOKI

INNIHALD

500 g hvítt fiskbein eða höfuð

1 dl hvítvín

1 grein af steinselju

1 blaðlaukur

½ lítill laukur

5 svartur pipar

VINNSLA

Setjið allt hráefnið í pott og setjið 1 lítra af köldu vatni yfir. Sjóðið við meðalhita í 20 mínútur án þess að freyða.

Sía, skiptu um ílát og kældu fljótt.

UMFERÐ

Ekki salta fyrir notkun þar sem líklegra er að það spillist. Fullkomið fyrir sósur, hrísgrjónarétti, súpur o.fl. er grundvöllurinn.

ÞÝSK SÓSA

INNIHALD

35 g smjör

35 g hveiti

2 eggjarauður

½ lítri af seyði (fiskur, kjöt, alifugla osfrv.)

salt

VINNSLA

Steikið hveitið í smjöri í 5 mínútur við vægan hita. Bætið soðinu út í í einu og eldið í 15 mínútur í viðbót, hrærið stöðugt í, við meðalhita. Salt árstíð.

Takið af hellunni og bætið eggjarauðunni út í án þess að hætta að þeyta.

UMFERÐ

Hitið ekki of mikið svo að eggjarauðan storkni ekki.

HRAKKAR SÓSA

INNIHALD

750 g steiktir kirsuberjatómatar

1 lítið glas af hvítvíni

3 matskeiðar af ediki

10 hráar möndlur

10 paprikur

5 brauðsneiðar

3 hvítlauksrif

1 laukur

sykur

ólífuolía

salt

VINNSLA

Steikið allan hvítlaukinn á pönnu. Fjarlægðu og pantaðu. Steikið möndlurnar í sömu olíunni. Fjarlægðu og pantaðu. Ristið brauðið á sömu pönnu. Fjarlægðu og pantaðu.

Steikið laukinn skorinn í julienne strimla með paprikunni í sömu olíu. Þegar það sýður skaltu bleyta það með ediki og glasi af víni. Lækkið í 3 mínútur á háum hita.

Bætið við tómötum, hvítlauk, möndlum og brauði. Eldið í 5 mínútur, blandið saman og bætið salti og sykri út í ef þarf.

UMFERÐ

Það má frysta í einstaka ísmolabakka og nota aðeins þegar þörf er á.

SVART BOUILLON (KJÚKLINGUR EÐA nautakjöt)

INNIHALD

5 kg kálfa- eða kjúklingabein

500 g tómatar

250 g gulrætur

250 g blaðlaukur

125 g laukur

½ lítri af rauðvíni

5 lítrar af köldu vatni

1 grein trúarbragða

3 lárviðarlauf

2 timjangreinar

2 greinar af rósmarín

15 svartur pipar

VINNSLA

Bakið beinin við 185°C þar til þau eru ljósbrúnt. Bætið hreinsuðu og meðalstóru niðurskornu grænmeti á sömu pönnu. Steikið grænmetið.

Settu beinin og grænmetið í stóran pott. Bætið víni og kryddjurtum út í og bætið svo vatninu við. Eldið í 6 klukkustundir við lágan hita, síið af og til. Sigtið og látið kólna.

UMFERÐ

Það er uppistaðan í mörgum sósum, plokkfiskum, risottos, súpum osfrv. Þegar soðið kólnar helst fitan storknuð ofan á. Þetta gerir það auðvelt að fjarlægja.

PICON MOJO

INNIHALD

8 matskeiðar af ediki

2 tsk af kúmenfræjum

2 tsk sæt paprika

2 hvítlaukshausar

3 heitar paprikur

30 matskeiðar af olíu

flóasalt

VINNSLA

Maukið allt fast hráefni nema rauð paprika í mortéli.

Bætið rauðri papriku út í og maukið áfram. Bætið vökva smám saman við þar til slétt og fleyt sósa er fengin.

UMFERÐ

Það er tilvalið að fylgja með frægu kartöflumúsunum og líka á grillaðan fisk.

PESTÓ SÓSA

INNIHALD

100 g furuhnetur

100 g parmesan

1 búnt af ferskri basilíku

1 hvítlauksgeiri

sæt ólífuolía

VINNSLA

Þeytið öll hráefnin án þess að þau séu of einsleit þannig að þú getur tekið eftir stökki furuhnetanna.

UMFERÐ

Þú getur notað valhnetur í staðinn fyrir furuhnetur og ferska rucola í staðinn fyrir basil. Það er upphaflega gert í steypuhræra.

SÚR SÆT SÓSA

INNIHALD

100 g sykur

100 ml edik

50 ml sojasósa

börkur af 1 sítrónu og

börkur af 1 appelsínu

VINNSLA

Eldið sykur, edik, sojasósu og sítrusbörk í 10 mínútur. Látið kólna fyrir notkun.

UMFERÐ

Það er hið fullkomna meðlæti við eggjarúllur.

GRÆNIR MOJITOS

INNIHALD

8 matskeiðar af ediki

2 tsk af kúmenfræjum

4 kúlur af grænum pipar

2 hvítlaukshausar

1 búnt af steinselju eða kóríander

30 matskeiðar af olíu

flóasalt

VINNSLA

Blandið öllu föstu efni þar til það myndast deig.

Bætið vökva smám saman við þar til slétt og fleyt sósa er fengin.

UMFERÐ

Vafið inn í plastfilmu er hægt að geyma það í kæli í nokkra daga án vandræða.

BECHAMELLA SÓSA

INNIHALD

85 g smjör

85 gr hveiti

1 lítra mjólk

múskat

Salt og pipar

VINNSLA

Bræðið smjörið á pönnu, bætið hveitinu út í og sjóðið við vægan hita í 10 mínútur og hrærið stöðugt í.

Bætið mjólkinni út í í einu og eldið í 20 mínútur í viðbót. Haltu áfram að blanda saman. Kryddið með salti, pipar og múskat.

UMFERÐ

Eldið hveiti og smjör við vægan hita til að forðast kekki og haltu áfram að þeyta þar til blandan verður fljótandi.

sósuveiðimaður

INNIHALD

200 g sveppir

200 g tómatsósa

125 g smjör

½ lítri af seyði

¼ lítri af hvítvíni

1 matskeið af hveiti

1 vorlaukur

Salt og pipar

VINNSLA

Steikið fínt saxaðan vorlauk í smjöri í 5 mínútur við meðalhita.

Bætið hreinsuðum og fjórðungum sveppunum út í og hækkið hitann. Eldið í 5 mínútur í viðbót þar til vatnið rennur út. Bætið hveitinu út í og eldið í 5 mínútur í viðbót, hrærið stöðugt í.

Leggið vín í bleyti og látið gufa upp. Bætið við tómatsósu og seyði. Eldið í 5 mínútur í viðbót.

UMFERÐ

Geymið í kæli og smyrjið léttu lagi af smjöri á svo að engar skorpur myndist á yfirborðinu.

AIOLI SÓSA

INNIHALD

6 hvítlauksrif

ediki

½ lítri létt ólífuolía

salt

VINNSLA

Myljið hvítlaukinn með salti í mortéli þar til hann breytist í mauk.

Bætið olíunni hægt út í og hrærið stöðugt í með stöpli þar til þú færð þykka sósu. Bætið ögn af ediki út í sósuna.

UMFERÐ

Það verður auðveldara að útbúa sósuna ef þú bætir 1 eggjarauðu út á meðan þú pressar hvítlaukinn.

BANDARÍSK SÓSA

INNIHALD

150 g rækjur

250 g rækjur og rækjuskrokkar og -hausar

250 g þroskaðir tómatar

250 g laukur

100 g smjör

50 g gulrætur

50 g blaðlaukur

½ lítri fiskikraftur

1 dl hvítvín

½ dl koníak

1 matskeið af hveiti

1 tsk cayenne pipar

1 timjankvistur

salt

VINNSLA

Steikið grænmeti í smjöri, nema tómötum, í litlum bitum. Steikið svo rauða papriku og hveiti.

Steikið krabba og aðra skelfiskhausa og flamberað með koníaki. Skiljið krabbahalana að og myljið skrokkana með soði. Sigtið 2 eða 3 sinnum þar til engin skorpa er eftir.

Bætið seyði, víni, fjórðungum tómötum og timjan út í grænmetið. Eldið í 40 mínútur, myljið og saltið.

UMFERÐ

Hin fullkomna sósa fyrir fyllta papriku, skötuselur eða fiskaböku.

SÓLFÆÐINGARSÓSA

INNIHALD

45 g smjör

½ lítra flauelsmjúk sósa (sjá kaflann um seyði og sósur)

3 matskeiðar af tómatsósu

VINNSLA

Sjóðið flauelssósuna, bætið tómatskeiðunum út í og þeytið með sleif.

Takið af hitanum, bætið smjöri út í og haltu áfram að blanda þar til það hefur blandast vel saman.

UMFERÐ

Notaðu þessa sósu til að fylgja djöfuleg eggjum.

BBQ sósa

INNIHALD

1 dós af kók

1 bolli tómatsósa

1 bolli tómatsósa

½ bolli af ediki

1 tsk af timjan

1 tsk af timjan

1 tsk kúmen

1 hvítlauksgeiri

1 mulinn chilipipar

½ laukur

ólífuolía

Salt og pipar

VINNSLA

Saxið laukinn og hvítlaukinn smátt og steikið í smá olíu. Þegar það er orðið mjúkt skaltu bæta við tómötum, tómatsósu og ediki.

Eldið í 3 mínútur. Bæta við cayenne pipar og kryddi. Hrærið, hellið Coca-Cola og eldið þar til þykkt er eftir.

UMFERÐ

Þetta er hin fullkomna sósa fyrir kjúklingavængi. Það má frysta í einstaka ísmolabakka og nota aðeins þegar þörf er á.

baunasósa

INNIHALD

250 g smjör

1 dl estragon edik

1 dl hvítvín

3 eggjarauður

1 skalottlaukur (eða ½ lítill vorlaukur)

estragon

Salt og pipar

VINNSLA

Hitið saxaðan skalottlauka í potti með ediki og víni. Minnka um ca 1 msk.

Þeytið saltaðar eggjarauður í vatnsbaði. Bætið við víni og edikislækkun ásamt 2 msk köldu vatni þar til tvöfaldast.

Bætið bræddu smjöri út í smátt og smátt, haltu áfram að þeyta. Bætið smá söxuðu estragon út í og geymið í bain-marie við hámark 50°C.

UMFERÐ

Mikilvægt er að hafa þessa sósu í bain-marie á lágum hita svo hún frjósi ekki.

KARBONARA SÓSA

INNIHALD

200 g beikon

200 g rjómi

150 g parmesan

1 meðalstór laukur

3 eggjarauður

Salt og pipar

VINNSLA

Steikið hægeldaðan laukinn. Þegar það er brúnt, bætið þá beikoninu sem er skorið í strimla út í og látið standa á eldavélinni þar til það er brúnt.

Bætið svo rjómanum, salti og pipar út í og sjóðið í 20 mínútur.

Eftir að hafa verið tekinn af eldinum skaltu bæta við rifnum osti, eggjarauðu og blanda saman.

UMFERÐ

Ef þú átt afgang í annan tíma skaltu gera það á lágum hita, þegar það hefur verið hitað, ekki of lengi svo eggið frjósi ekki.

sælkera sósu

INNIHALD

200 g vorlaukur

100 g súrum gúrkum

100 g smjör

½ lítri af seyði

125cl hvítvín

125cl edik

1 matskeið sinnep

1 matskeið af hveiti

Salt og pipar

VINNSLA

Steikið saxaða laukinn í smjöri. Bætið hveitinu út í og eldið varlega í 5 mínútur.

Hækkið hitann og hellið víni og ediki út í og minnkið um helming, hrærið stöðugt í.

Bætið soðinu út í, súrum gúrkum skornum í julienne strimla og eldið í 5 mínútur í viðbót. Takið af hitanum og bætið sinnepi við. Tímabil.

UMFERÐ

Þessi sósa er tilvalin fyrir feitt kjöt.

CUMBERLAND SÓSA

INNIHALD

150 g rifsberjasulta

½ dl púrtvín

1 bolli dökkt seyði (sjá kaflann um seyði og sósur)

1 tsk engiferduft

1 matskeið sinnep

1 skalottlaukur

½ appelsínubörkur

börkur af ½ sítrónu

½ appelsínusafi

safi úr ½ sítrónu

Salt og pipar

VINNSLA

Saxið appelsínu- og sítrónuberkina julienne. Eldið í köldu vatni og látið sjóða í 10 sekúndur. Endurtaktu ferlið tvisvar. Sigtið og kælið.

Saxið skalottlaukana smátt og eldið í 1 mínútu og hrærið stöðugt í með sólberjasultu, portó, seyði, sítrusberki og safa, sinnepi, engifer, salti og pipar. Látið það kólna.

UMFERÐ

Það er hið fullkomna krydd til að fylgja með pate eða villibráð.

karrísósu

INNIHALD

200 g laukur

2 matskeiðar af hveiti

2 skeiðar af karrý

3 hvítlauksrif

2 stórir tómatar

1 timjankvistur

1 lárviðarlauf

1 flaska af kókosmjólk

1 epli

1 banani

ólífuolía

salt

VINNSLA

Steikið hakkað lauk og hvítlauk í jurtaolíu. Bætið karrýinu út í og eldið í 3 mínútur. Bætið hveitinu út í og eldið í 5 mínútur í viðbót, hrærið stöðugt í.

Bætið tómötunum, kryddjurtunum og kókosmjólkinni í fjórða hluta saman við. Eldið við lágan hita í 30 mínútur. Bætið skrældum og söxuðum eplum og bönunum út í og eldið í 5 mínútur í viðbót. Malið salt, sigtið og réttið úr.

UMFERÐ

Til að gera þessa sósu minna kaloría skaltu helminga kókosmjólkina og setja kjúklingasoð í staðinn.

HVÍTLAUKSSÓSA

INNIHALD

250 ml rjómi

10 hvítlauksrif

Salt og pipar

VINNSLA

Sjóðið hvítlaukinn þrisvar sinnum í köldu vatni. Sjóðið, sigtið og hitið kalt vatn að suðu. Endurtaktu þetta ferli 3 sinnum.

Eftir blanching, bakið í 25 mínútur samtímis rjómanum. Kryddið að lokum með salti og pipar.

UMFERÐ

Ekki eru öll krem eins. Ef það er of þykkt, bætið þá við smá rjóma og eldið í 5 mínútur í viðbót. Á hinn bóginn, ef það er of fljótandi, eldið það lengur. Fullkomið fyrir fisk.

AÐEINS SÓSA

INNIHALD

200 g brómber

25 g sykur

250 ml spænsk sósa (sjá kaflann um seyði og sósur)

100 ml sætvín

2 matskeiðar af ediki

1 matskeið af smjöri

Salt og pipar

VINNSLA

Gerðu karamellu með sykri við vægan hita. Bætið við ediki, víni, brómberjum og látið malla í 15 mínútur.

Hellið spænsku sósunni yfir. Saltið og piprið, blandið saman, sigtið og sjóðið með smjöri.

UMFERÐ

Það er hið fullkomna krydd fyrir leik.

EPLASAFI

INNIHALD

250 ml rjómi

1 flaska af eplasafi

1 kúrbít

1 gulrót

1 blaðlaukur

salt

VINNSLA

Skerið grænmetið í sneiðar og steikið í 3 mínútur við háan hita. Hellið eplasafanum út í og látið minnka í 5 mínútur.

Bætið rjómanum út í, saltið og látið malla í 15 mínútur í viðbót.

UMFERÐ

Það passar fullkomlega með grilluðu sjávarbrauðsflökum eða laxasneið.

TÓMATSÓSA

INNIHALD

1 ½ kg þroskaðir tómatar

250 g laukur

1 glas af hvítvíni

1 skinkubein

2 hvítlauksgeirar

1 stór gulrót

Ferskt timjan

ferskt rósmarín

sykur (valfrjálst)

salt

VINNSLA

Skerið laukinn, hvítlaukinn og gulrótina í julienne strimla og steikið við meðalhita. Þegar grænmetið er orðið meyrt, bætið beinum út í og skreytið með víni. Kveiktu á hitanum.

Bætið tómötunum og kryddjurtunum í fjórða hluta saman við. Bakið í 30 mínútur.

Fjarlægðu bein og kryddjurtir. Myljið, sigtið og stillið af salti og sykri ef þarf.

UMFERÐ

Frystið í aðskildum ísmolabökkum til að hafa alltaf dýrindis heimatilbúna tómatsósu.

PEDRO XIMENEZ VÍNSÓSA

INNIHALD

35 g smjör

250 ml spænsk sósa (sjá kaflann um seyði og sósur)

75 ml af Pedro Ximenez víni

Salt og pipar

VINNSLA

Hitið vínið við meðalhita í 5 mínútur. Bætið spænsku sósunni út í og eldið í 5 mínútur í viðbót.

Til að þykkna og skína skaltu slökkva á eldavélinni og bæta við köldu smjörinu skorið í teninga. Tímabil.

UMFERÐ

Það er hægt að gera það með hvaða eftirréttarvíni sem er, eins og púrtvín.

RJÓMASÓSA

INNIHALD

½ lítri bechamel (sjá kaflann um seyði og sósur)

200cl rjómi

safi úr ½ sítrónu

VINNSLA

Sjóðið bechamelið og bætið rjómanum út í. Eldið þar til um 400 cl af sósu er náð.

Eftir að hafa tekið af hitanum skaltu bæta sítrónusafanum út í.

UMFERÐ

Tilvalið til að gera gratín, krydda fisk og fyllt egg.

majónesi majónesi

INNIHALD

2 egg

safi úr ½ sítrónu

½ lítri létt ólífuolía

Salt og pipar

VINNSLA

Setjið eggin og sítrónusafann í blöndunarskál.

Þeytið með hrærivél 5, bætið olíunni smám saman út í án þess að hætta að slá. Stráið salti og pipar yfir.

UMFERÐ

Bætið 1 matskeið af heitu vatni í blandaraglasið ásamt hinum hráefnunum til að koma í veg fyrir að það skerist við maukið.

JÓGÚRT OG DILLE SÓSA

INNIHALD

20 g laukur

75 ml majónesisósa (sjá kafla um seyði og sósur)

1 matskeið af hunangi

2 jógúrt

Dill

salt

VINNSLA

Blandið öllu saman nema dilli þar til þú færð mjúka sósu.

Saxið dillið smátt og bætið út í sósuna. Fjarlægðu saltið og réttaðu það úr.

UMFERÐ

Það passar mjög vel með steiktum kartöflum eða lambakjöti.

Djöflasósa

INNIHALD

100 g smjör

½ lítri af seyði

3 dl hvítvín

1 vorlaukur

2 paprikur

salt

VINNSLA

Skerið laukinn í litla bita og leyfið honum að þorna við háan hita. Bætið cayenne piparnum út í, gljáið með víni og helmingið rúmmálið.

Hellið soðinu, eldið í 5 mínútur í viðbót og smakkið til með salti og kryddi.

Takið mjög kalt smjörið af hellunni og hrærið með þeytara þar til blandan er orðin þykk og gljáandi.

UMFERÐ

Þessa sósu er líka hægt að gera með sætu víni. Útkoman er frábær.

SPÆNSK SÓSA

INNIHALD

30 g smjör

30 g hveiti

1 lítra seyði (minnkað)

Salt og pipar

VINNSLA

Steikið hveitið í smjöri þar til það hefur ljósbrúnan tón.

Hellið í sjóðandi seyði, hrærið stöðugt í. Eldið í 5 mínútur og bætið við salti og pipar.

UMFERÐ

Þessi sósa er undirstaða margra undirbúnings. Þetta er það sem kallast grunnsósa í matreiðslu.

Hollensk sósa

INNIHALD

250 g smjör

3 eggjarauður

safi úr ¼ sítrónu

Salt og pipar

VINNSLA

Til að bræða smjörið.

Þeytið eggjarauður í bain-marie með smá salti, pipar, sítrónusafa og 2 msk af köldu vatni þar til tvöfaldast að rúmmáli.

Bætið bræddu smjöri út í smátt og smátt, haltu áfram að þeyta. Haltu vatnsbaðinu við hámarkshita 50°C.

UMFERÐ

Þessi sósa er fullkomin til að fylgja bökuðum kartöflum með reyktum laxi.

ÍTALSK SÓSA

INNIHALD

125 g tómatsósa

100 g sveppir

50 g York skinka

50 g vorlaukur

45 g smjör

125 ml spænsk sósa (sjá kaflann um seyði og sósur)

90 ml hvítvín

1 timjankvistur

1 grein af rósmarín

Salt og pipar

VINNSLA

Saxið laukinn smátt og steikið hann í ólífuolíu. Þegar þeir eru orðnir mjúkir skaltu hækka eldinn og bæta við skrældum og hreinsuðum sveppum. Bætið söxuðu soðnu skinkunni út í.

Bætið víninu og kryddjurtunum út í og látið draga alveg úr því.

Bætið við spænskri sósu og tómatsósu. Eldið í 10 mínútur og bætið við salti og pipar.

UMFERÐ

Tilvalið fyrir pasta og soðin egg.

MUSSELIN SÓSA

INNIHALD

250 g smjör

85ml þeyttur rjómi

3 eggjarauður

safi úr ¼ sítrónu

Salt og pipar

VINNSLA

Til að bræða smjörið.

Þeytið eggjarauður með smá salti, pipar og sítrónusafa í bain-marie. Bætið við 2 msk af köldu vatni þar til það tvöfaldast í rúmmáli. Haldið áfram að þeyta, bætið smjörinu smám saman við eggjarauðurnar.

Rétt fyrir framreiðslu er rjóminn þeyttur og hann bætt út í fyrri blönduna með mjúkum og umvefjandi hreyfingum.

UMFERÐ

Haltu vatnsbaðinu við hámarkshita 50°C. Laxgratín, rakhnífasamloka, aspas o.fl. Það er fullkomið fyrir

REMÚLAÐSÓSA

INNIHALD

250 g majónesisósa (sjá kaflann um seyði og sósur)

50 g súrum gúrkum

50 g kapers

10 g ansjósur

1 tsk söxuð fersk steinselja

VINNSLA

Malið ansjósurnar þar til þær eru muldar í mortéli. Skerið kapers og súrum gúrkum í mjög litla bita. Bætið restinni af hráefnunum saman við og blandið saman.

UMFERÐ

Tilvalið fyrir sum djöfuleg egg.

BIZCAINA SÓSA

INNIHALD

500 g laukur

400 g ferskir tómatar

25 g brauð

3 hvítlauksrif

4 chorizo eða ñora paprikur

sykur (valfrjálst)

ólífuolía

salt

VINNSLA

Bleytið ñoras til að fjarlægja kjötið.

Skerið laukinn og hvítlaukinn í julienne strimla og steikið í 25 mínútur á yfirbyggðri pönnu við meðalhita.

Bætið brauðinu og söxuðum kirsuberjatómötum út í og haltu áfram að elda í 10 mínútur í viðbót. Bætið carne de ñoras út í og eldið í 10 mínútur í viðbót.

Myljið og stillið af salti og sykri ef þarf.

UMFERÐ

Þó að það sé óvenjulegt, þá er það frábær sósa til að gera með spaghettí.

RAUÐ SÓSA

INNIHALD

2 hvítlauksgeirar

1 stór tómatur

1 lítill laukur

½ lítil rauð paprika

½ lítil græn paprika

2 pokar af smokkfiskbleki

hvítvín

ólífuolía

salt

VINNSLA

Skerið grænmetið í litla bita og látið þorna aðeins í 30 mínútur.

Bætið rifnum tómötum út í og eldið við meðalháan hita þar til vatnið er frásogast. Hækkið hitann og bætið við blekvösunum og smá víni. Við skulum skera það í tvennt.

Hrærið, síið og bætið salti við.

UMFERÐ

Ef aðeins meira bleki er bætt við eftir malun verður sósan bjartari.

MORGUNSÓSA

INNIHALD

75 g parmesan

75 g smjör

75 g hveiti

1 lítra mjólk

2 eggjarauður

múskat

Salt og pipar

VINNSLA

Bræðið smjörið á pönnu. Bætið hveitinu út í og eldið við lágan hita í 10 mínútur, hrærið stöðugt í.

Hellið mjólkinni í einu og eldið í 20 mínútur í viðbót, hrærið stöðugt í.

Takið eggjarauður og ost af hitanum og haltu áfram að blanda saman. Kryddið með salti, pipar og múskat.

UMFERÐ

Frábær gratínsósa. Hægt er að nota hvaða ostategund sem er.

ROMASCO SÓSA

INNIHALD

100 g edik

80 g ristaðar möndlur

½ tsk sæt paprika

2 eða 3 þroskaðir tómatar

2 paprikur

1 lítil sneið af ristuðu brauði

1 hvítlaukshaus

1 heit pipar

250 g extra virgin ólífuolía

salt

VINNSLA

Vætið þær í volgu vatni í 30 mínútur. Fjarlægðu deigið og haltu því til hliðar.

Hitið ofninn í 200°C og ristið tómatana og hvítlaukshausinn (tómatar taka um 15 til 20 mínútur og hvítlaukur aðeins minna).

Eftir suðuna skaltu hreinsa hýðið og fræin af tómötunum og fjarlægja hvítlaukinn einn í einu. Setjið í blöndunarskálina með möndlum, ristuðu brauði, ñora kjöti, olíu og ediki. Sláðu vel.

Bætið svo sætri papriku og ögn af papriku út í. Þeytið aftur og bætið salti við.

UMFERÐ
Ekki mala sósuna of mikið.

SOUBIS SÓSA

INNIHALD

100 g smjör

85 gr hveiti

1 lítra mjólk

1 laukur

múskat

Salt og pipar

VINNSLA

Bræðið smjörið á pönnu og steikið niðursneiddan laukinn rólega í 25 mínútur. Bætið hveitinu út í og eldið í 10 mínútur í viðbót, hrærið stöðugt í.

Hellið mjólkinni í einu og eldið í 20 mínútur í viðbót við vægan hita, hrærið stöðugt í. Kryddið með salti, pipar og múskat.

UMFERÐ

Það má bera fram eins og það er eða maukað. Fullkomið fyrir cannelloni.

TARTARSÓSA

INNIHALD

250 g majónesisósa (sjá kaflann um seyði og sósur)

20 g vorlaukur

1 matskeið af kapers

1 matskeið af ferskri steinselju

1 matskeið sinnep

1 súrsuð agúrka

1 soðið egg

salt

VINNSLA

Saxið graslauk, kapers, steinselju, gúrku og soðið egg smátt.

Blandið öllu saman og bætið majónesi og sinnepi út í. Setjið klípa af salti.

UMFERÐ

Það passar vel með fiski og reyktu kjöti.

KARAMELLUSÓSA

INNIHALD

150 gr) Sykur

70 g smjör

300 ml rjómi

VINNSLA

Gerðu karamellu án þess að blanda henni saman við smjör og sykur.

Þegar karamellan er soðin er hún tekin af hitanum og rjómanum bætt út í. Eldið í 2 mínútur við háan hita.

UMFERÐ

Hægt er að sæta karamellu með því að bæta við 1 rósmarínkvisti.

POTTAR

INNIHALD

250 g gulrætur

250 g blaðlaukur

250 g tómatar

150 g laukur

150 g rófur

100 g sellerí

salt

VINNSLA

Þvoið grænmetið vel og skerið það í venjulega bita. Setjið það í pott og hyljið með köldu vatni.

Eldið við lágan hita í 2 klst. Sigtið og bætið salti.

UMFERÐ

Grænmetið sem notað er má nota til að gera gott rjóma. Alltaf eldað án loks, þannig að bragðefnin þéttist betur þegar vatnið gufar upp.

FLAULUSÓSA

INNIHALD

35 g smjör

35 g hveiti

½ lítri af seyði (fiskur, kjöt, alifugla osfrv.)

salt

VINNSLA

Léttsteikið hveitið í smjöri í 5 mínútur.

Bætið soðinu út í í einu og eldið við meðalhita, hrærið stöðugt í. Setjið klípa af salti.

UMFERÐ

Það myndar grunninn að mörgum öðrum sósum.

sósu sósu

INNIHALD

4 matskeiðar af ediki

1 lítill laukur

1 stór tómatur

½ rauð paprika

½ græn paprika

12 matskeiðar af ólífuolíu

salt

VINNSLA

Skerið tómata, papriku og lauk í mjög litla bita.

Blandið öllu saman og bætið við olíu, ediki og salti.

UMFERÐ

Tilvalið fyrir sósaðan krækling eða túnfiskfrönskur.

RAUÐIR Ávextir Í MYNTU SÆTVÍN

INNIHALD

550 g rauð ber

50 g sykur

2 dl sætvín

5 myntublöð

VINNSLA

Eldið rauð ber, sykur, sætvín og myntulauf í potti í 20 mínútur.

Látið kólna í sömu skálinni og berið fram í aðskildum skálum.

UMFERÐ

Berið fram með muldum ís og nokkrum súkkulaðikexi.

UMFERÐ

Kaldur matur er betri. Áður en eldað er, setjið nokkra bita af sykruðum ávöxtum ofan á. Útkoman er frábær.

WHISKIS KJÚKLINGUR KJÚKLINGUR

INNIHALD

12 kjúklingaleggir

200ml rjómi

150ml viskí

100ml kjúklingakraftur

3 eggjarauður

1 vorlaukur

venjulegt hveiti

ólífuolía

Salt og pipar

VINNSLA

Kryddið, hveiti og steikið kjúklingalærin. Fjarlægðu og pantaðu.

Steikið fínt saxaðan lauk í sömu olíu í 5 mínútur. Bætið viskíinu út í og flamberið (með loki lokað). Hellið rjómanum og vatni. Bætið kjúklingnum aftur út í og eldið við vægan hita í 20 mínútur.

Takið af hellunni, bætið eggjarauðunni út í og blandið varlega saman þannig að sósan þykkni aðeins. Saltið og piprið ef þarf.

UMFERÐ

Viskí er hægt að skipta út fyrir uppáhalds áfenga drykkinn okkar.

RISTIN ÖND

INNIHALD

1 hrein önd

1 lítra kjúklingakraftur

4 dl sojasósa

3 skeiðar af hunangi

2 hvítlauksgeirar

1 lítill laukur

1 rauð paprika

ferskt engifer

ólífuolía

Salt og pipar

VINNSLA

Blandið saman í skál kjúklingakraftinum, sojabaunum, rifnum hvítlauk, cayenne pipar og fínsöxuðum lauk, hunangi, bita af rifnum engifer og pipar. Marinerið öndina í þessari blöndu í 1 klst.

Takið úr marineringunni og setjið á bökunarplötu með helmingnum af marineringunni. Bakið báðar hliðar í 10 mínútur við 200°C. Vættu stöðugt með bursta.

Lækkið ofninn í 180 ºC og bakið á hvorri hlið í 18 mínútur í viðbót (haltu áfram að mála með pensli á 5 mínútna fresti).

Takið öndina út og setjið til hliðar og látið sósuna minnka um helming í potti við meðalhita.

UMFERÐ

Eldið kjúklingabringur með hliðinni niður fyrst, þá verða þær minna þurrar og vatnsmeiri.

VILLAROY Kjúklingabringur

INNIHALD

1 kíló kjúklingabringa

2 gulrætur

2 stilkar af sellerí

1 laukur

1 blaðlaukur

1 rófa

Hveiti, egg og brauðrasp (til áleggs)

fyrir bechamel

1 lítra mjólk

100 g smjör

100 g hveiti

múskat

Salt og pipar

VINNSLA

Eldið allt hreint grænmeti í 2 lítrum (köldu) vatni í 45 mínútur.

Í millitíðinni er bechamelsósan útbúin með því að steikja hveitið upp úr smjöri í 5 mínútur við meðalhita. Bætið síðan mjólk út í og blandið saman. Bætið við salti og múskati. Eldið við lágan hita í 10 mínútur án þess að hætta að þeyta.

Sigtið soðið og eldið andabringurnar (heilar eða flak) í 15 mínútur. Tæmið þær og látið kólna. Leggið bechamelsósu yfir bringurnar og geymið í kæli. Þegar það hefur kólnað, hellið hveitinu út í, síðan egginu og að lokum brauðmylsnunni. Djúpsteikt í olíu og borið fram heitt.

UMFERÐ

Þú getur notað soðið og maukað grænmeti til að búa til dýrindis krem.

Kjúklingabringur með sítrónu sinnepssósu

INNIHALD

4 kjúklingabringur

250 ml rjómi

3 matskeiðar af koníaki

3 matskeiðar sinnep

1 matskeið af hveiti

2 hvítlauksgeirar

1 sítrónu

½ vorlaukur

ólífuolía

Salt og pipar

VINNSLA

Kryddið bringurnar skornar í venjulega bita og steikið þær með ögn af olíu. Frátekið.

Steikið fínt saxaðan lauk og hvítlauk í sömu olíu. Bætið hveitinu út í og eldið í 1 mínútu. Bætið brennivíninu út í þar til það gufar upp og hellið rjóma, 3 msk af sítrónusafa og -börk, sinnepi og salti út í. Sjóðið sósuna í 5 mínútur.

Bætið kjúklingnum aftur út í og eldið við lágan hita í 5 mínútur í viðbót.

UMFERÐ

Rífið sítrónuna áður en safinn er dreginn út. Það er líka hægt að gera það með möluðum kjúklingi í stað bringu til að spara peninga.

RISTIN PINTADA MEÐ plómum og sveppum

INNIHALD

1 mynd

250 g sveppir

Takið með 200ml

¼ lítra kjúklingakraftur

15 holóttar sveskjur

1 hvítlauksgeiri

1 tsk hveiti

ólífuolía

Salt og pipar

VINNSLA

Stráið salti og pipar yfir og steikið perluhænsn með sveskjum við 175 ºC í 40 mínútur. Snúið hálfa leið í eldun. Í lok tímabilsins skaltu fjarlægja vatnið og geyma það.

Steikið 2 matskeiðar af olíu og hveiti á pönnu í 1 mínútu. Stráið víni yfir og minnkað um helming. Hellið sósunni af steikinni og seyði yfir. Eldið án þess að hræra í 5 mínútur.

Steikið sveppina á sérstökum stað með smá söxuðum hvítlauk, bætið við sósuna og látið suðuna koma upp. Berið fram með perluhænsósu.

UMFERÐ

Fyrir sérstök tækifæri er hægt að skreyta perluhænsna með eplum, foie gras, hakki og þurrkuðum ávöxtum.

 AVES

VILLAROY KJÚKLINGUR EN FYLTUR MEÐ MODENA EDIKI OG KARAMELLIÐU PICULO

INNIHALD

4 kjúklingabringur

100 g smjör

100 g hveiti

1 lítra mjólk

1 kassi af piquillo papriku

1 bolli af modena ediki

½ bolli af sykri

múskat

Egg og brauðrasp (til að pensla)

ólífuolía

Salt og pipar

VINNSLA

Steikið smjörið og hveiti við vægan hita í 10 mínútur. Hellið síðan mjólkinni og eldið í 20 mínútur, hrærið stöðugt í. Bætið við salti og múskati. Látið það kólna.

Á meðan skaltu karamellisera paprikuna með ediki og sykri þar til edikið fer að þykkna (það er rétt að byrja).

Kryddið flökin og hráefnin með piquillo. Vefjið andabringunum inn í glæra filmu eins og þær væru mjög hart nammi og eldið í vatni í 15 mínútur.

Eftir matreiðslu, smyrjið allar hliðar með bechamelsósu og dýfið í þeytt egg og brauðrasp. Steikið í mikilli olíu.

UMFERÐ

Ef þú sleppir hveitinu fyrir bechamel og bætir við nokkrum skeiðum af karríi, þá er útkoman öðruvísi og mjög rík.

Kjúklingabringur fylltar með pancetta, sveppum og osti

INNIHALD

4 kjúklingabringur

100 g sveppir

4 sneiðar af reyktu beikoni

2 matskeiðar sinnep

6 matskeiðar af rjóma

1 laukur

1 hvítlauksgeiri

sneiddur ostur

ólífuolía

Salt og pipar

VINNSLA

Kryddið kjúklingaflökin. Hreinsið og fjórðu sveppina.

Brúnið beikonið og steikið sveppina með hvítlauk við háan hita.

Skreytið flökin með beikoni, osti og sveppum og hyljið þau fullkomlega með gagnsærri filmu, eins og í eftirrétt. Eldið í sjóðandi vatni í 10 mínútur. Fjarlægðu filmuna og möskvaðu.

Hins vegar steikið fínt saxaðan laukinn, bætið rjóma og sinnepi út í og eldið, hrærið, í 2 mínútur. sósu á kjúkling

UMFERÐ

Matarfilma er ónæm fyrir háum hita og bætir ekki matnum bragð.

SÆTT VÍN MEÐ Plómukjúklingi

INNIHALD

1 stór kjúklingur

100 g frælausar sveskjur

½ lítri kjúklingakraftur

½ flaska af sætvíni

1 vorlaukur

2 gulrætur

1 hvítlauksgeiri

1 matskeið af hveiti

ólífuolía

Salt og pipar

VINNSLA

Steikið kjúklingabitana á heitri pönnu með olíu og steikið. Farðu út og pantaðu.

Steikið laukinn, hvítlaukinn og smátt saxaðar gulrætur í sömu olíu. Þegar grænmetið er orðið vel brúnt er hveitinu bætt út í og steikt í aðra mínútu.

Leggið í bleyti með þrúguvíni og aukið hitann þar til það er næstum alveg minnkað. Hellið soðinu af og bætið kjúklingnum og sveskjunum út í aftur.

Eldið í um 15 mínútur eða þar til kjúklingurinn er mjúkur. Takið kjúklinginn út og hrærið sósunni saman við. Kryddið með salti.

UMFERÐ

Ef þú bætir smá köldu smjöri út í maukaða sósuna og þeytir með sleif þá þykknar hún og glansar meira.

APPELSINS KJÚKLINGAFRÆÐI MEÐ morgunmat

INNIHALD

4 kjúklingabringur

75 g kasjúhnetur

2 glös af ferskum appelsínusafa

4 skeiðar af hunangi

2 matskeiðar af Cointreau

venjulegt hveiti

ólífuolía

Salt og pipar

VINNSLA

Kryddið og hveiti bringurnar. Steikið þær upp úr mikilli olíu, takið innan úr þeim og haldið til hliðar.

Eldið appelsínusafann með Cointreau og hunangi í 5 mínútur. Bætið bringunum út í sósuna og sjóðið við vægan hita í 8 mínútur.

Berið fram með salsa og kasjúhnetum ofan á.

UMFERÐ

Önnur leið til að búa til góða appelsínusósu er að byrja á ekki of þykkum sykri sem náttúrulegum appelsínusafa hefur verið bætt við.

MARINE rjúpur

INNIHALD

4 rjúpur

300 g laukur

200 g gulrætur

2 glös af hvítvíni

1 hvítlaukshaus

1 lárviðarlauf

1 glas af ediki

1 vatnsglas mál af olíu

salt og 10 svartur pipar

VINNSLA

Kryddið rjúpurnar og steikið við háan hita. Fjarlægðu og pantaðu.

Steikið gulrætur og lauk í julienne strimlum í sömu olíu. Þegar grænmetið er orðið meyrt skaltu bæta við víni, ediki, pipar, salti, hvítlauk og lárviðarlaufi. Steikið í 10 mínútur.

Setjið rjúpuna aftur og eldið við vægan hita í 10 mínútur í viðbót.

UMFERÐ

Til þess að marinerað kjöt eða fiskur fái sem mest bragð er best að láta það hvíla í að minnsta kosti 24 klukkustundir.

Kjúklingaveiðari

INNIHALD

1 saxaður kjúklingur

50 g sveppir í sneiðum

½ lítri kjúklingakraftur

1 glas af hvítvíni

4 rifnir tómatar

2 gulrætur

2 hvítlauksgeirar

1 blaðlaukur

½ laukur

1 búnt af kryddjurtum (tímjan, rósmarín, lárviðarlauf o.s.frv.)

ólífuolía

Salt og pipar

VINNSLA

Kryddið kjúklinginn og steikið á heitri pönnu með smá olíu. Farðu út og pantaðu.

Steikið niðursneidda gulrót, hvítlauk, blaðlauk og lauk í sömu olíu. Bætið svo rifnum tómötum út í. Steikið þar til tómatsafinn hefur frásogast. Gefðu kjúklinginn aftur.

Steikið sveppina sérstaklega og bætið út í pottinn. Skreytið með glasi af víni og látið gufa upp.

Leggið í seyði og bætið ilmandi kryddjurtum við. Eldið þar til kjúklingurinn er mjúkur. Salt árstíð.

UMFERÐ

Þessi réttur er hægt að gera með kalkún eða jafnvel kanínu.

COCA COLA STÍL Kjúklingavængur

INNIHALD

1 kíló af kjúklingavængjum

½ lítri af kók

4 matskeiðar af púðursykri

2 matskeiðar af sojasósu

1 hrúga matskeið af timjan

½ sítróna

Salt og pipar

VINNSLA

Setjið Coca-Cola, sykur, soja, timjan og safa úr ½ sítrónu í pott og eldið í 2 mínútur.

Skerið vængina í tvennt og saltið þá. Þær eru soðnar við 160 ºC þar til þær fá ljósan lit. Bætið nú helmingnum af sósunni út í og snúið vængjunum við. Snúðu því á 20 mínútna fresti.

Þegar sósan er næstum minnkað er hinum helmingnum bætt út í og haldið áfram að elda þar til sósan þykknar.

UMFERÐ

Með því að bæta við smá vanillu á meðan sósan er útbúin eykur hún bragðið og gefur sósunni sérstakt bragð.

Hvítlaukskjúklingur

INNIHALD

1 saxaður kjúklingur

8 hvítlauksrif

1 glas af hvítvíni

1 matskeið af hveiti

1 rauð paprika

ediki

ólífuolía

Salt og pipar

VINNSLA

Kryddið kjúklinginn og steikið vel. Setjið það til hliðar og bíðið eftir að olían kólnar.

Skerið hvítlaukinn í teninga og kreistið hvítlaukinn og heitan pipar án þess að litast (elda í olíu, ekki steikja).

Leggið vín í bleyti og minnkað þar til það nær ákveðinni þykkt, en það verður ekki þurrt.

Bætið svo kjúklingnum og teskeið af hveiti út í smátt og smátt. Hrærið í (athugið hvort hvítlaukurinn festist við kjúklinginn, ef ekki, bætið þá við smá hveiti þar til hann verður létt klístur).

Lokið og hrærið af og til. Eldið við lágan hita í 20 mínútur. Toppaðu það með smá ediki og eldaðu í eina mínútu í viðbót.

UMFERÐ

Hrærður kjúklingur er ómissandi. Hann þarf að vera gylltur að utan og mjög hlýr að innan til að haldast safaríkur.

Kjúklingastrákur

INNIHALD

1 lítill kjúklingur, saxaður

350 g hakkað serranoskinka

1 askja af 800 g skrældum tómötum

1 stór rauð paprika

1 stór græn paprika

1 stór laukur

2 hvítlauksgeirar

Oregano

1 glas af hvítvíni eða rauðvíni

sykur

ólífuolía

Salt og pipar

VINNSLA

Kryddið kjúklinginn og steikið við háan hita. Farðu út og pantaðu.

Steikið meðalstóra saxaða papriku, hvítlauk og lauk í sömu olíu. Þegar grænmetið er orðið brúnt er skinkunni bætt út í og soðið í 10 mínútur í viðbót.

Setjið kjúklinginn aftur og hellið víninu yfir. Lækkið hitann í 5 mínútur og bætið tómötum og timjan út í. Lækkið hitann og eldið í 30 mínútur í viðbót. Stilltu salt og sykur.

UMFERÐ

Sama uppskrift er hægt að gera með kjötbollum. Ekkert verður eftir á disknum!

MARINERÐ MEÐ QUAIL OG RAUÐUM ÁVENDUM

INNIHALD

4 kvikur

150 g af rauðum ávöxtum

1 glas af ediki

2 glös af hvítvíni

1 gulrót

1 blaðlaukur

1 hvítlauksgeiri

1 lárviðarlauf

venjulegt hveiti

1 vatnsglas mál af olíu

Salt og pipar

VINNSLA

Hveitið kvörturnar, kryddið og steikið á pönnu. Farðu út og pantaðu.

Steikið sneiðar gulrætur og blaðlauk og hakkað hvítlauk í sömu olíu. Þegar grænmetið er orðið meyrt skaltu bæta við olíu, ediki og víni.

Bætið við lárviðarlaufinu og piparnum. Saltið og eldið með rauðum berjum í 10 mínútur.

Bætið quail og eldið í aðrar 10 mínútur þar til mjúkur. Lokið, takið af eldavélinni.

UMFERÐ

Þessi marinering með kvartarkjöti fylgir dásamlegri salatsósu og góðu hjartasalati af salati.

Sítrónukjúklingur

INNIHALD

1 kjúklingur

30 g sykur

25 g smjör

1 lítra kjúklingakraftur

1 dl hvítvín

safi úr 3 sítrónum

1 laukur

1 blaðlaukur

ólífuolía

Salt og pipar

VINNSLA

Saxið og kryddið kjúklinginn. Brúnið við háan hita og fjarlægið.

Afhýðið laukinn og afhýðið blaðlaukinn, skerið í julienne strimla. Steikið grænmetið í olíunni sem kjúklingurinn var gerður í. Stráið víni yfir og látið minnka.

Bætið sítrónusafanum, sykri og vatni út í. Eldið í 5 mínútur og skilið kjúklingnum aftur. Eldið við lágan hita í 30 mínútur í viðbót. Stráið salti og pipar yfir.

UMFERÐ

Það er betra að mylja hana þannig að sósan verði þynnri og innihaldi ekki grænmetisbita.

SERRANO JAMMON, CASAR PASTA OG SAN JACOBO KJÚKLINGUR MEÐ ROCKET

INNIHALD

8 þunn kjúklingaflök

150 g af Casar köku

100 g raketta

4 sneiðar af serranoskinku

Hveiti, egg og korn (til áleggs)

ólífuolía

Salt og pipar

VINNSLA

Kryddið kjúklingaflökin og smyrjið með osti. Setjið rucola og serrano skinkuna á aðra og loka hinu með því að setja ofan á. Gerðu það sama með restina.

Settu þau í gegnum hveiti, hrærð egg og mulið korn. Djúpsteikið í heitri olíu í 3 mínútur.

UMFERÐ

Mulið popp getur verið þakið kiko eða jafnvel ormum. Útkoman er fyndin.

OFN CURY KJÚKLINGUR

INNIHALD

4 kjúklingalæri (á mann)

1 lítri af rjóma

1 vorlaukur eða laukur

2 skeiðar af karrý

4 hrein jógúrt

salt

VINNSLA

Skerið laukinn í litla bita og blandið í skál með jógúrt, rjóma og karrý. Salt árstíð.

Gerðu nokkrar rifur í kjúklinginn og marineraðu í jógúrtsósu í 24 klukkustundir.

Steikið við 180°C í 90 mínútur, takið kjúklinginn út og berið fram með þeyttri sósu.

UMFERÐ

Ef þú átt afgang af sósu geturðu notað hana til að búa til dýrindis kjötbollur.

KJÚKLINGUR Í RAUÐVÍN

INNIHALD

1 saxaður kjúklingur

½ lítri af rauðvíni

1 grein af rósmarín

1 timjankvistur

2 hvítlauksgeirar

2 blaðlaukur

1 rauð paprika

1 gulrót

1 laukur

kjúklingasoð

venjulegt hveiti

ólífuolía

Salt og pipar

VINNSLA

Kryddið kjúklinginn og steikið á mjög heitri pönnu. Farðu út og pantaðu.

Skerið grænmetið í litla bita og steikið í sömu olíu og kjúklingurinn var steiktur í.

Bleytið í víni, bætið arómatískum kryddjurtum út í og eldið við háan hita í um 10 mínútur þar til þykknar. Bætið kjúklingnum aftur út í og hellið soðinu út í þar til það er þakið. Eldið í 20 mínútur í viðbót eða þar til kjötið er meyrt.

UMFERÐ

Ef þið viljið þynnri sósu án agna maukið og síið.

SVARTBJÓRSRITIÐUR KJÚKLINGUR

INNIHALD

4 kjúklingaleggir

750 ml dökkur bjór

1 matskeið af kúmeni

1 timjankvistur

1 grein af rósmarín

2 laukar

3 hvítlauksrif

1 gulrót

Salt og pipar

VINNSLA

Saxið laukinn, gulrótina og hvítlaukinn Julienne. Setjið timjan og rósmarín í botninn á pönnu og raðið lauknum, gulrótunum og hvítlauknum á það; síðan kjúklingaleggir, með skinnhliðinni niður, bragðbætt með klípu af kúmeni. Steikið í um 45 mínútur við 175°C.

Eftir 30 mínútur skaltu bleyta í bjór, snúa botninum við og baka í 45 mínútur í viðbót. Þegar kjúklingurinn er brúnaður er hann tekinn af hitanum og sósunni blandað saman.

UMFERÐ

Bragðið er enn betra ef 2 sneiðum og maukuðum eplum er bætt í miðjuna á steikinni ásamt restinni af sósunni.

súkkulaðihryggur

INNIHALD

4 rjúpur

½ lítri kjúklingakraftur

½ glas af rauðvíni

1 grein af rósmarín

1 timjankvistur

1 vorlaukur

1 gulrót

1 hvítlauksgeiri

1 rifinn tómatur

Súkkulaði

ólífuolía

Salt og pipar

VINNSLA

Kryddið og steikið rjúpurnar. Frátekið.

Steikið smátt saxaðar gulrætur, hvítlauk og vorlauk í sömu olíu við meðalhita. Kveiktu á eldinum og bættu tómötunum við. Eldið þar til það missir vatnið. Stráið víni yfir og látið það síga nánast alveg.

Leggið í seyði og bætið ilmandi kryddjurtum við. Eldið við vægan hita þar til rjúpurnar eru orðnar mjúkar. Salt árstíð. Takið af hitanum og bætið súkkulaði út í eftir smekk. Að aðskilja.

UMFERÐ

Þú getur bætt við heitum pipar til að bæta sterku lofti í réttinn, eða þú getur bætt við ristuðum heslihnetum eða möndlum ef þú vilt hafa það stökkt.

RISTAÐIR FJÓRIR HÆLUR MEÐ RAUÐRI ÁVAXTASÓSU

INNIHALD

4 kalkúnalæri

250 g af rauðum ávöxtum

½ lítri af cava

1 timjankvistur

1 grein af rósmarín

3 hvítlauksrif

2 blaðlaukur

1 gulrót

ólífuolía

Salt og pipar

VINNSLA

Flysjið og hreinsið blaðlauk, gulrót og hvítlauk. Setjið þetta grænmeti á ofnplötu með timjan, rósmarín og rauðum berjum.

Settu kalkúnafjórðungana, dreifða með smá olíu, með húðhliðinni niður. Steikið í 1 klukkustund við 175 ºC.

Eftir 30 mínútur skaltu fara í bað með kava. Snúið kjötinu við og eldið í 45 mínútur í viðbót. Í lok tímans skaltu fjarlægja það af pönnunni. Hrærið, sigtið og bætið salti við sósuna.

UMFERÐ

Kalkúninn er búinn þegar fótur og læri eru auðveldlega aðskilin.

RISTAÐUR KJÚKLINGUR MEÐ FERSKUSÓSU

INNIHALD

4 kjúklingaleggir

½ lítri af hvítvíni

1 timjankvistur

1 grein af rósmarín

3 hvítlauksrif

2 ferskjur

2 laukar

1 gulrót

ólífuolía

Salt og pipar

VINNSLA

Saxið laukinn, gulrótina og hvítlaukinn Julienne. Afhýðið ferskjurnar, skerið þær í tvennt og fjarlægið beinin.

Setjið timjan og rósmarín, svo og gulrætur, lauk og hvítlauk á botninn á ofnplötu. Kryddið fjórðu culattan með olíuskreyti ofan á og setjið skorpuna niður og bakið við 175°C í um 45 mínútur.

Eftir 30 mínútur er hvítvíninu hellt yfir, snúið við og bakað í 45 mínútur í viðbót. Þegar kjúklingurinn er brúnaður er hann tekinn af hitanum og sósunni blandað saman.

UMFERÐ

Bæta má eplum eða perum við steikina. Sósan verður ljúffeng.

Kjúklingaflök fyllt með spínati og mozzarella

INNIHALD

8 þunn kjúklingaflök

200 g ferskt spínat

150 g mozzarella

8 basilíkublöð

1 tsk malað kúmen

Hveiti, egg og brauðrasp (til áleggs)

ólífuolía

Salt og pipar

VINNSLA

Kryddið bringurnar á báðum hliðum. Skreytið með spínati, rifnum osti og saxaðri basilíku og hyljið með öðru flaki. Hrærið hveiti, þeyttu eggi og brauðrasp og kúmenblöndu saman við.

Steikið báðar hliðar í nokkrar mínútur og fjarlægðu umfram olíu á gleypið pappír.

UMFERÐ

Fullkomið meðlæti er góð tómatsósa. Þessi réttur er hægt að gera úr kalkún eða jafnvel fersku flaki.

CAVA ristaður kjúklingur

INNIHALD

4 kjúklingaleggir

1 flaska af freyðivíni

1 timjankvistur

1 grein af rósmarín

3 hvítlauksrif

2 laukar

ólífuolía

Salt og pipar

VINNSLA

Saxið laukinn og hvítlaukinn julienne. Setjið timjan og rósmarín á botninn á ofnplötu, setjið laukinn, hvítlaukinn og kryddaða afturfæturna með skinnhliðinni niður. Steikið í um 45 mínútur við 175°C.

Eftir 30 mínútur, dreypið kavaanum yfir, snúið því við og bakið í 45 mínútur í viðbót. Þegar kjúklingurinn er brúnaður er hann tekinn af hitanum og sósunni blandað saman.

UMFERÐ

Önnur afbrigði af sömu uppskrift er að gera hana með lambrusco eða passito víni.

Kjúklingaspjót með hnetusósu

INNIHALD

600 g kjúklingabringur

150 g jarðhnetur

500ml kjúklingakraftur

200ml rjómi

3 matskeiðar af sojasósu

3 skeiðar af hunangi

1 skeið af karrý

1 smátt skorinn heitur pipar

1 matskeið af sítrónusafa

ólífuolía

Salt og pipar

VINNSLA

Malið hneturnar mjög vel þar til þær verða að mauki. Blandið saman sítrónusafa, seyði, soja, hunangi, karrý, salti og pipar í skál. Skerið bringurnar í bita og látið marinerast í þessari blöndu yfir nótt.

Takið kjúklingana út og setjið á teini. Eldið fyrri blönduna með rjóma við vægan hita í 10 mínútur.

Steikið spjótin á pönnu við meðalhita og berið fram með sósunni.

UMFERÐ

Þú getur búið það til úr kjúklingalæri. En í stað þess að steikja það á pönnu, steikið það í ofni með sósunni.

PEPITORIA Kjúklingur

INNIHALD

1½ pund kjúklingur

250 g laukur

50 g ristaðar möndlur

25 g ristað brauð

½ lítri kjúklingakraftur

¼ lítri af fínu víni

2 hvítlauksgeirar

2 lárviðarlauf

2 soðin egg

1 matskeið af hveiti

14 þræðir af saffran

150 g ólífuolía

Salt og pipar

VINNSLA

Saxið og kryddið rifna kjúklinginn. Brúnn og til vara.

Skerið laukinn og hvítlaukinn í litla bita og steikið í sömu olíu og kjúklingurinn var soðinn í. Bætið hveitinu út í og steikið við vægan hita í 5 mínútur. Stráið víni yfir og látið minnka.

Hellið saltvatninu og eldið í 15 mínútur í viðbót. Bætið síðan kjúklingnum sem er frátekið saman við með lárviðarlaufinu og eldið þar til kjúklingarnir eru mjúkir.

Ristið saffran sérstaklega og bætið því út í mortélinn ásamt ristuðu brauði, möndlum og eggjarauðu. Maukið og bætið í kjúklingapottinn. Eldið í 5 mínútur í viðbót.

UMFERÐ

Það er ekkert betra meðlæti við þessa uppskrift en góð hrísgrjón. Það má bera fram með saxaðri eggjahvítu og smá saxaðri steinselju ofan á.

APPELSINS KJÚKLINGUR

INNIHALD

1 kjúklingur

25 g smjör

1 lítra kjúklingakraftur

1 dl rósavín

2 skeiðar af hunangi

1 timjankvistur

2 gulrætur

2 appelsínur

2 blaðlaukur

ólífuolía

Salt og pipar

VINNSLA

Kryddið kjúklinginn og steikið við háan hita í ólífuolíu. Fjarlægðu og pantaðu.

Afhýðið og afhýðið gulræturnar og blaðlaukinn og skerið í julienne strimla. Eldið kjúklinginn í olíunni sem þið steikið hann í. Stráið víni yfir og eldið við háan hita þar til það þykknar.

Bætið appelsínusafanum, hunanginu og vatni út í. Eldið í 5 mínútur og bætið kjúklingabitunum út í aftur. Eldið við lágan hita í 30 mínútur. Bætið köldu smjörinu út í og kryddið með salti og pipar.

UMFERÐ

Þú getur sleppt góðri handfylli af valhnetum og bætt þeim í pottinn í lok eldunar.

PORCINI Kjúklingur grófur

INNIHALD

1 kjúklingur

200 g serranoskinka

200 g hvítir sveppir

50 g smjör

600 ml kjúklingakraftur

1 glas af hvítvíni

1 timjankvistur

1 hvítlauksgeiri

1 gulrót

1 laukur

1 tómatur

ólífuolía

Salt og pipar

VINNSLA

Saxið kjúklinginn, kryddið og steikið í smjöri og smá olíu. Fjarlægðu og pantaðu.

Í sömu olíu, steikið laukinn, gulrótina og hvítlaukinn skorinn í litla bita og skinkan skorin í teninga. Hækkið eldinn og bætið söxuðum sveppum saman við. Eldið í 2 mínútur, bætið rifnum tómötum út í og eldið þar til vatnið er alveg frásogast.

Bætið kjúklingabitunum aftur út í og hellið víninu yfir. Dragðu saman þar til sósan er næstum þurr. Bleytið það með seyði og bætið við timjan. Eldið við vægan hita í 25 mínútur eða þar til kjúklingurinn er mjúkur. Salt árstíð.

UMFERÐ

Notaðu árstíðabundna eða þurrkaða sveppi.

KJÚKLINGASAUTET MEÐ HESSELHNETU OG SOJABAUN

INNIHALD

3 kjúklingabringur

70 g rúsínur

30 g möndlur

30 g kasjúhnetur

30 g valhnetur

30 g heslihnetur

1 glas af kjúklingakrafti

3 matskeiðar af sojasósu

2 hvítlauksgeirar

1 rauð paprika

1 sítrónu

Engifer

ólífuolía

Salt og pipar

VINNSLA

Saxið andabringurnar, kryddið með salti og pipar og steikið á pönnu við háan hita. Fjarlægðu og pantaðu.

Steikið valhneturnar í þessari olíu með rifnum hvítlauk, bita af rifnum engifer, pipar og sítrónuberki.

Bætið við rúsínunum, áskilnum kjúklingabringum og sojabaunum. Lækkið í 1 mínútu og hellið soðinu yfir. Eldið í 6 mínútur í viðbót við meðalhita og bætið salti við ef þarf.

UMFERÐ

Lítil þörf verður á salti þar sem það er nánast eingöngu unnið úr sojabaunum.

RISTAÐUR MÖNLUSÚKKULAÐI KJÚKLINGUR

INNIHALD

1 kjúklingur

60 g rifið dökkt súkkulaði

1 glas af rauðvíni

1 timjankvistur

1 grein af rósmarín

1 lárviðarlauf

2 gulrætur

2 hvítlauksgeirar

1 laukur

Kjúklingasoð (eða vatn)

ristaðar möndlur

extra virgin ólífuolía

Salt og pipar

VINNSLA

Saxið kjúklinginn, kryddið og steikið á mjög heitri pönnu. Fjarlægðu og pantaðu.

Í sömu olíu, steikið laukinn, gulrótina og hvítlauksrifið, saxað í litla bita, við lágan hita.

Bætið við lárviðarlaufinu og kvistum af timjan og rósmarín. Bætið víninu og seyði út í og látið malla í 40 mínútur við vægan hita. Saltaðu kjúklinginn og fjarlægðu hann.

Setjið sósuna í gegnum blandarann og setjið hana aftur í pottinn. Bætið við kjúklingi og súkkulaði og hrærið þar til súkkulaðið bráðnar. Eldið í 5 mínútur í viðbót til að blanda saman bragðinu.

UMFERÐ

Raðið ristuðu möndlunum ofan á. Með því að bæta við cayenne pipar eða cayenne pipar gefur það sterkan brún.

LAMBASKJÖLDUR MEÐ RAUÐRI PIPAR SINNEPPSSÓSU

INNIHALD

350 g lambakjöt

2 matskeiðar af ediki

1 hrúga matskeið af papriku

1 hrúga matskeið sinnep

1 jöfn skeið af sykri

1 karfa af kirsuberjatómötum

1 græn paprika

1 rauð paprika

1 lítill vorlaukur

1 laukur

5 matskeiðar af ólífuolíu

Salt og pipar

VINNSLA

Afhýðið grænmetið, nema vorlaukinn, og skerið það í meðalstóra ferninga. Skerið lambið í teninga af sömu stærð. Setjið spjótina saman, skiptið um eitt kjötstykki og eitt grænmetisstykki. Tímabil. Steikið báðar hliðar í 1 eða 2 mínútur á mjög heitri pönnu með smá olíu.

Á hinni hliðinni skaltu blanda sinnepi, rauðum pipar, sykri, olíu, ediki og söxuðum lauk saman í skál. Kryddið með salti og fleyti.

Berið fram nýtilbúið kebab með rauðri piparsósu.

UMFERÐ

Einnig má bæta 1 matskeið af karríi og smá sítrónuberki út í salatdressinguna.

PORT FULLT nautakjötsbardaga

INNIHALD

1 kg kálfauggi (bók fyrir fyllingu)

350 g hakk

1 kíló af gulrótum

1 kíló af lauk

100 g furuhnetur

1 lítil dós af piquillo papriku

1 kassi af svörtum ólífum

1 pakki af beikoni

1 hvítlaukshaus

2 lárviðarlauf

færir

Kjöt Vatn

ólífuolía

Salt og pipar

VINNSLA

Kryddið uggann á báðum hliðum. Skreytið með svínakjöti, furuhnetum, saxaðri papriku, fjórðu ólífum og beikonsneiðum. Safnaðu saman og settu á sauma eða bindðu með beislivír. Steikið við mjög háan hita, takið út og setjið til hliðar.

Snúðu gulrótum, lauk og hvítlauk í brunoise og steiktu í sömu olíu og kálfakjötið var steikt í. Skiptu um uggann. Leggið smá púrtvín og seyði í bleyti þar til allt er húðað. Bætið við 8 svörtum piparkornum og lárviðarlaufum. Eldið í 40 mínútur við lágan hita með lokinu lokað. Snúðu því á 10 mínútna fresti. Þegar kjötið er orðið meyrt skaltu fjarlægja sósuna og hræra.

UMFERÐ

Hægt er að skipta út púrtvíni fyrir önnur vín eða kampavín.

MADRILEYA Kjötbolti

INNIHALD

1 kg af hakki

500 g svínahakk

500 g þroskaðir tómatar

150 g laukur

100 g sveppir

1 lítri seyði (eða vatn)

2 dl hvítvín

2 matskeiðar af ferskri steinselju

2 matskeiðar af brauðrasp

1 matskeið af hveiti

3 hvítlauksrif

2 gulrætur

1 lárviðarlauf

1 egg

sykur

ólífuolía

Salt og pipar

VINNSLA

Blandið tveimur kjöttegundum saman við saxaðri steinselju, 2 söxuðum hvítlauk, brauðrasp, eggi, salti og pipar. Mótið kúlur og steikið á pönnu. Farðu út og pantaðu.

Steikið laukinn með afganginum af hvítlauknum í sömu olíu, bætið hveitinu út í og steikið. Bætið tómötunum út í og eldið í 5 mínútur í viðbót. Leggið í vín og eldið í 10 mínútur í viðbót. Bætið soðinu út í og haltu áfram að elda í 5 mínútur í viðbót. Malið og réttið salt og sykur. Eldið kjötbollurnar í sósunni með lárviðarlaufinu í 10 mínútur.

Afhýðið, afhýðið og skerið gulrætur og sveppi sérstaklega. Steikið í lítilli olíu í 2 mínútur og bætið við kjötbollurnar.

UMFERÐ

Bætið við 150 g af söxuðu fersku íberísku beikoni til að gera kjötbollublönduna bragðmeiri. Best er að þrýsta ekki of fast þegar kúlurnar eru búnar til svo þær verði safaríkari.

SÚKKULAÐI Nautakinn

INNIHALD

8 kálfa kinnar

½ lítri af rauðvíni

6 aura súkkulaði

2 hvítlauksgeirar

2 tómatar

2 blaðlaukur

1 stöngull sellerí

1 gulrót

1 laukur

1 grein af rósmarín

1 timjankvistur

venjulegt hveiti

Seyði (eða vatn)

ólífuolía

Salt og pipar

VINNSLA

Kryddið og steikið kinnarnar á mjög heitri pönnu. Farðu út og pantaðu.

Saxið grænmetið í brunoise og steikið á pönnu þar sem kinnarnar voru steiktar.

Þegar grænmetið er orðið meyrt er rifnum kirsuberjatómötum bætt út í og soðið þar til vatnið er alveg frásogast. Bætið víninu, arómatískum kryddjurtum út í og látið gufa upp í 5 mínútur. Bætið við þar til það hjúpar kinnar og nautasoði.

Eldið þar til kinnarnar eru mjúkar, bætið súkkulaðinu út í, hrærið og smakkið til með salti og pipar.

UMFERÐ

Sósuna má mylja eða skilja eftir með heilum grænmetisbitum.

CONFIT BED POG TERTA MEÐ SÆTRI VÍNSÓSU

INNIHALD

½ spjótsvín, hakkað

1 glas af sætvíni

2 greinar af rósmarín

2 timjangreinar

4 hvítlauksrif

1 lítil gulrót

1 lítill laukur

1 tómatur

sæt ólífuolía

flóasalt

VINNSLA

Dreifið spjótsvíninu á bökunarplötu og stráið salti á báðar hliðar. Bætið við pressuðum hvítlauk og kryddjurtum. Setjið olíu yfir og bakið í 5 klukkustundir við 100 ºC. Látið það síðan kólna og fjarlægið beinið, fjarlægið holdið og húðina.

Leggið bökunarpappírinn á bökunarplötu. Skiptið svínakjötinu og leggið hýðið ofan á (það ætti að vera að minnsta kosti 2 fingur þykkt). Settu annað stykki af bökunarpappír og settu smá lóð á það til að kólna.

Á meðan, undirbúið svart seyði. Skerið beinin og grænmetið í meðalstóra bita. Grillið beinin við 185°C í 35 mínútur, bætið grænmetinu við til hliðar og eldið í 25 mínútur í viðbót. Takið úr ofninum og drekkið í víni. Setjið allt í pott og setjið köldu vatni yfir. Eldið við mjög lágan hita í 2 klst. Sigtið og kveikið aftur þar til blandan þykknar aðeins. Fituhreinsun.

Skiptið kökunni í sneiðar og steikið á heitri pönnu með húðhliðinni niður þar til hún verður stökk. Bakið við 180°C í 3 mínútur.

UMFERÐ

Það er mjög þreytandi en útkoman er stórkostleg. Eina bragðið til að skemma ekki endann er að bera sósuna fram á annarri hliðinni á kjötinu, ekki á það.

MERKIÐ KANIN

INNIHALD

1 söxuð kanína

80 g möndlur

1 lítra kjúklingakraftur

400 ml hráefni

200ml rjómi

1 grein af rósmarín

1 timjankvistur

2 laukar

2 hvítlauksgeirar

1 gulrót

10 saffranþræðir

Salt og pipar

VINNSLA

Saxið, kryddið og brúnið kanínuna. Fjarlægðu og pantaðu.

Steikið saxaðar gulrætur, lauk og hvítlauk í sömu olíu. Bætið saffraninu og möndlunum út í og eldið í 1 mínútu.

Kveiktu á hitanum og þvoðu á gólfið. Bætið aftur flambe kanínu og stráið soðinu yfir. Bætið timjan og rósmaríngreinum út í.

Eldið í um 30 mínútur þar til kanínan er mjúk og bætið rjómanum út í. Eldið í 5 mínútur í viðbót og stillið saltið.

UMFERÐ

Flambear brennir áfengi úr brennivíni. Gakktu úr skugga um að hettan sé lokuð á meðan þú gerir þetta.

PEPITORIA KJÖTBOLTA MEÐ HESSELNUSÓSU

INNIHALD

750 g hakk

750 g hakk

250 g laukur

60 g heslihnetur

25 g ristað brauð

½ lítri kjúklingakraftur

¼ lítri af hvítvíni

10 saffranþræðir

2 matskeiðar af ferskri steinselju

2 matskeiðar af brauðrasp

4 hvítlauksrif

2 soðin egg

1 ferskt egg

2 lárviðarlauf

150 g ólífuolía

Salt og pipar

VINNSLA

Blandið kjötinu, saxaðri steinselju, söxuðum hvítlauk, brauðrasp, eggjum, salti og pipar saman í skál. Hveiti og brúnt í potti við meðalháan hita. Fjarlægðu og pantaðu.

Skerið laukinn og hina 2 hvítlauksgeira í teninga í sömu olíu. Stráið víni yfir og látið minnka. Leggið í seyði og eldið í 15 mínútur. Bætið kjötbollunum út í sósuna með lárviðarlaufinu og eldið í 15 mínútur í viðbót.

Hins vegar steikið saffran og stappið með ristuðu brauði, hnetum og eggjarauðu í mortéli þar til þú færð slétt deig. Bætið við pottinn og eldið í 5 mínútur í viðbót.

UMFERÐ

Berið fram með söxinni eggjahvítu og smá steinselju yfir.

KJÖTKJÖTT MEÐ SVÖRTUM BJÓR

INNIHALD

4 nautaflök

125 g shiitake sveppir

1/3 lítri dökkur bjór

1 dl af soði

1 dl rjómi

1 gulrót

1 vorlaukur

1 tómatur

1 timjankvistur

1 grein af rósmarín

venjulegt hveiti

ólífuolía

Salt og pipar

VINNSLA

Kryddið og hveiti flökin. Léttsteikið þær á pönnu með ögn af olíu. Farðu út og pantaðu.

Steikið saxaðan lauk og gulrót í sömu olíu. Þegar það er soðið, bætið við rifnum tómötum og eldið þar til sósan er næstum þurr.

Bleytið bjórinn, látið áfengið gufa upp í 5 mínútur við meðalhita og bætið soðinu, arómatískum kryddjurtum og flökum saman við. Bakið í 15 mínútur eða þar til það er mjúkt.

Steikið sveppina í sitthvoru lagi í flaki við háan hita og bætið við pönnuna. Salt árstíð.

UMFERÐ

Ekki má ofsoða flökin, annars verða þau of seig.

MADRLETTRÍPUR

INNIHALD

1 kg af hreinni trippi

2 svínakjötsfætur

25 g hveiti

1 dl edik

2 matskeiðar af rauðri pipar

2 lárviðarlauf

2 laukar (1 saxaður)

1 hvítlaukshaus

1 heit pipar

2 dl ólífuolía

20 g salt

VINNSLA

Sjóðið trjákjöt og svínakjöt í potti með köldu vatni. Eldið í 5 mínútur þegar það byrjar að sjóða.

Tæmdu og fylltu með hreinu vatni. Bætið söxuðum lauknum, rauðum pipar, hvítlauk og lárviðarlaufum út í. Ef nauðsyn krefur, bætið við nægu vatni til að hylja það vel og látið malla við vægan hita, undir loki, í 4 klukkustundir eða þar til lappir og tif eru mjúk.

Þegar þreifan er tilbúin skaltu fjarlægja saxaðan lauk, lárviðarlauf og heitan pipar. Aðskiljið fæturna, fjarlægið beinin og skerið í þrístóra bita. Settu það aftur í pottinn.

Steikið hinn brunoise saxaða laukinn sérstaklega, bætið rauðri papriku út í og 1 matskeið af hveiti. Bætið við pottinn eftir suðu. Eldið í 5 mínútur, bætið salti við og bætið við þykkt ef þarf.

UMFERÐ

Ef þessi uppskrift er útbúin með dag eða tveimur fyrirvara fær hún bragð. Með því að bæta við soðnum kjúklingabaunum er hægt að fá fyrsta flokks grænmetisrétt.

RISTAÐUR SVÍNAKJÓTIÐ MEÐ EPLUM OG MYNTU

INNIHALD

800 g ferskt svínaflök

500 g epli

60 g sykur

1 glas af hvítvíni

1 glas af koníaki

10 myntublöð

1 lárviðarlauf

1 stór laukur

1 gulrót

ólífuolía

Salt og pipar

VINNSLA

Kryddið flakið og steikið við háan hita. Fjarlægðu og pantaðu.

Steikið hreinsaðan og fínsaxaðan lauk og gulrætur í þessari olíu. Afhýðið eplin og fjarlægið kjarnann.

Færið allt yfir á ofnplötu, dýfið í spritt og bætið lárviðarlaufinu út í. Bakið við 185°C í 90 mínútur.

Fjarlægðu epli og grænmeti og stappaðu með sykri og myntu. Fyllið flakið og sósuna með eldunarvökvanum og berið fram með eplakompóinu.

UMFERÐ

Á meðan á eldun stendur skaltu bæta smá vatni á pönnuna til að koma í veg fyrir að mittið þorni.

Kjúklingakjötbollur með hindberjasósu

INNIHALD

fyrir kjötbollur

1 kg hakkað kjúklingakjöt

1 lítra af mjólk

2 matskeiðar af brauðrasp

2 egg

1 hvítlauksgeiri

sherry vín

venjulegt hveiti

saxaðri steinselju

ólífuolía

Salt og pipar

Fyrir hindberjasósuna

200 g hindberjasulta

½ lítri kjúklingakraftur

1 ½ dl hvítvín

½ dl sojasósa

1 tómatur

2 gulrætur

1 hvítlauksgeiri

1 laukur

salt

VINNSLA

fyrir kjötbollur

Blandið kjötinu saman við brauðmylsnu, mjólk, eggjum, fínsöxuðum hvítlauksgeirum, steinselju og víndropa. Kryddið með salti og pipar og látið standa í 15 mínútur.

Mótið kúlur með blöndunni og veltið upp úr hveiti. Steikið þær í olíu, passið að þær séu aðeins hráar að innan. Geymið olíuna.

Fyrir súrsætu hindberjasósuna

Afhýðið lauk, hvítlauk og gulrætur og skerið í litla teninga. Steikið í sömu olíu og kjötbollurnar voru steiktar í. Kryddið með smá salti. Bætið skrældum og frælausum tómötum skornum í litla bita út í og eldið þar til vatnið gufar upp.

Stráið víni yfir og eldið þar til það hefur minnkað um helming. Bætið sojasósunni og seyði út í og eldið í 20 mínútur í viðbót þar til sósan þykknar. Bætið sultunni og kjötbollunum út í og eldið í 10 mínútur í viðbót.

UMFERÐ

Hægt er að skipta út hindberjasultu fyrir önnur en hvaða rauð ber eða jafnvel sultu.

Lambakjöt

INNIHALD

1 lambalæri

1 stórt glas af rauðvíni

½ bolli niðursoðnir tómatar (eða 2 rifnir tómatar)

1 matskeið af sætri papriku

2 stórar kartöflur

1 græn paprika

1 rauð paprika

1 laukur

Seyði (eða vatn)

ólífuolía

Salt og pipar

VINNSLA

Saxið legginn, kryddið og steikið á mjög heitri pönnu. Farðu út og pantaðu.

Steikið saxaðan lauk og papriku í sömu olíu. Þegar grænmetið er orðið vel brúnt skaltu bæta við skeið af rauðum pipar og tómötum. Haltu áfram að elda á háum hita þar til tómatsafinn hefur frásogast. Bætið svo lambakjöti aftur út í.

Stráið víni yfir og látið minnka. Hyljið með seyði.

Þegar lambið er orðið meyrt skaltu bæta við kashalada kartöflunum (óskornum) og elda þar til kartöflurnar eru fulleldaðar. Stráið salti og pipar yfir.

UMFERÐ

Fyrir enn bragðmeiri sósu skaltu steikja 4 piquillo paprikur og 1 hvítlauksrif sérstaklega. Blandið því saman við smá plokkfiskvatn og bætið því út í pottinn.

kanína civet

INNIHALD

1 kanína

250 g sveppir

250 g gulrætur

250 g laukur

100 g beikon

¼ lítra rauðvín

3 matskeiðar af tómatsósu

2 hvítlauksgeirar

2 timjangreinar

2 lárviðarlauf

Seyði (eða vatn)

ólífuolía

Salt og pipar

VINNSLA

Skerið kanínuna og látið mýkjast í 24 klukkustundir í litlum bitum af gulrót, hvítlauk og lauk, víni, 1 timjankvist og 1 lárviðarlaufi. Þegar tíminn er liðinn, tæmdu og aðskildu vínið á annarri hliðinni og grænmetið á hinni.

Kryddið kanínuna, steikið við háan hita og fjarlægið. Eldið grænmetið í sömu olíu við miðlungs lágan hita. Bætið tómatsósunni út í og steikið í 3 mínútur. Settu kanínuna aftur. Bleytið í víni og seyði þar til kjötið er húðað. Bætið hinum timjankvistinum og hinu lárviðarlaufinu saman við. Eldið þar til kanínan er mjúk.

Á meðan skaltu steikja beikonið skorið í strimla og fjórða sveppi og bæta út í pottinn. Aftur á móti maukið kanínulifrin í mortéli og bætið við. Eldið í 10 mínútur í viðbót og bætið við salti og pipar.

UMFERÐ

Þennan rétt er hægt að gera með hvaða leik sem er og bragðast betur ef hann er útbúinn með dags fyrirvara.

KANIN MEÐ PIPERRADA

INNIHALD

1 kanína

2 stórir tómatar

2 laukar

1 græn paprika

1 hvítlauksgeiri

sykur

ólífuolía

Salt og pipar

VINNSLA

Saxið, kryddið og steikið kanínuna í potti. Fjarlægðu og pantaðu.

Skerið laukinn, piparinn og hvítlaukinn í litla bita og steikið við vægan hita í 15 mínútur í olíunni sem kanínan var soðin í.

Bætið brunoise hægelduðum tómötunum út í og eldið við meðalhita þar til vatnið er alveg frásogast. Stilltu salt og sykur ef þarf.

Bætið kanínunni út í, lækkið hitann og eldið á yfirbyggðri pönnu í 15 eða 20 mínútur, hrærið af og til.

UMFERÐ

Kúrbít eða eggaldin má bæta við piperrada.

Fylltar kjúklingakjötbollur með osti í karrýsósu

INNIHALD

500 g hakkað kjúklingur

150 g saxaður ostur

100 g brauðrasp

200ml rjómi

1 glas af kjúklingakrafti

2 skeiðar af karrý

½ matskeið af brauðrasp

30 rúsínur

1 græn paprika

1 gulrót

1 laukur

1 egg

1 sítrónu

Mjólk

venjulegt hveiti

ólífuolía

salt

VINNSLA

Kryddið kjúklinginn og blandið saman við brauðmylsnuna, eggið, 1 msk af karrýi og brauðmylsnu í bleyti í mjólk. Mótið kúlur, fyllið með teninga af osti og veltið upp úr hveiti. Steikið og geymið.

Steikið saxaðan lauk, papriku og gulrætur í sömu olíu. Bætið sítrónuberkinum út í og eldið í nokkrar mínútur. Bætið við hinni matskeiðinni af karrý, rúsínum og kjúklingakrafti. Þegar það byrjar að sjóða er rjómanum bætt út í og soðið í 20 mínútur. Salt árstíð.

UMFERÐ

Tilvalið meðlæti með þessum kjötbollum eru sneiddir sveppir sem eru steiktir með nokkrum söxuðum hvítlauksrifum og þvegnir með fallegri snert af Port eða Pedro Ximénez.

RAUÐVÍNKODDAR

INNIHALD

12 svínakinnar

½ lítri af rauðvíni

2 hvítlauksgeirar

2 blaðlaukur

1 rauð paprika

1 gulrót

1 laukur

venjulegt hveiti

Seyði (eða vatn)

ólífuolía

Salt og pipar

VINNSLA

Kryddið og steikið kinnarnar á mjög heitri pönnu. Farðu út og pantaðu.

Saxið grænmeti bronoise og steikið í sömu olíu og svínakjötið var steikt í. Eftir að hafa soðið vel skaltu bleyta í víni og láta það gufa upp í 5 mínútur. Bætið við þar til það hjúpar kinnar og nautasoði.

Eldið þar til kinnarnar eru mjúkar og hrærið í sósunni ef þið viljið svo að engir grænmetisbitar séu eftir.

UMFERÐ

Svínakinnar taka mun styttri tíma að elda en nautakjötskinnar. Annað bragð næst með því að bæta eyri af súkkulaði í sósuna.

COCHIFRITO NAVARRE

INNIHALD

2 saxaðir lambalærir

50 g smjörfeiti

1 tsk rauð paprika

1 matskeið af ediki

2 hvítlauksgeirar

1 laukur

ólífuolía

Salt og pipar

VINNSLA

Skerið lambalærin í bita. Saltið og steikið við háan hita á pönnu. Farðu út og pantaðu.

Steikið fínt saxaðan lauk og hvítlauk í sömu olíu í 8 mínútur við vægan hita. Bætið rauðri papriku út í og steikið í 5 sekúndur í viðbót. Bætið lambinu út í og hyljið með vatni.

Eldið þar til sósan minnkar og kjötið er meyrt. Leggið í bleyti með ediki og sjóðið.

UMFERÐ

Fyrsta steikin er mikilvæg þar sem hún kemur í veg fyrir að safinn sleppi út. Það gefur líka krassandi blæ og eykur bragðið.

Nautapott með hnetusósu

INNIHALD

750 g kjöt með beini

250 g jarðhnetur

2 lítrar af seyði

1 bolli af rjóma

½ glas af brandy

2 matskeiðar af tómatsósu

1 timjankvistur

1 grein af rósmarín

4 kartöflur

2 gulrætur

1 laukur

1 hvítlauksgeiri

ólífuolía

Salt og pipar

VINNSLA

Saxið sköflunginn, kryddið og steikið við háan hita. Farðu út og pantaðu.

Steikið laukinn, hvítlaukinn og sneiðar gulrætur í sömu olíu við vægan hita. Kveiktu á eldinum og bættu við tómatsósu. Minnkum það þar til það missir allt vatnið. Stráið koníaki yfir og látið áfengið gufa upp. Bætið kjötinu aftur út í.

Maukið hneturnar vandlega með soðinu og bætið á pönnuna með bragðbættum kryddjurtum. Eldið við vægan hita þar til kjötið er næstum meyrt.

Bætið svo kartöflunum, skrældar og skornar í venjulega ferninga, og rjómanum út í. Eldið í 10 mínútur og bætið við salti og pipar. Látið hvíla í 15 mínútur áður en það er borið fram.

UMFERÐ

Þennan kjötrétt má bera fram með hrísgrjónapílaf (sjá kaflann um hrísgrjón og pasta).

BRUNNAÐUR POW

INNIHALD

1 mjólkursvín

2 matskeiðar af smjörfeiti

salt

VINNSLA

Hyljið eyru og hala með álpappír svo þau brenni ekki.

Settu 2 tréskeiðar á bökunarplötu og settu grísinn með andlitinu upp, ekki snerta botninn á pönnunni. Bætið 2 msk af vatni út í og eldið í 2 klst við 180°C.

Leysið saltið upp í 4 dl af vatni og málið grísinn að innan á 10 mínútna fresti. Á þessum tímapunkti skaltu snúa því við og halda áfram að mála með vatni og salti þar til tíminn er liðinn.

Bræðið smjörið og málið húðina. Hækkið ofninn í 200°C og bakið í 30 mínútur í viðbót eða þar til hýðið er gullið og stökkt.

UMFERÐ

Ekki láta vatnið snerta húðina; Það mun gera það að verkum að það missir stökkleika sína. Berið sósuna fram undir disk.

Ristað hvítkálsrúlla

INNIHALD

4 liðir

½ hvítkál

3 hvítlauksrif

ólífuolía

Salt og pipar

VINNSLA

Hyljið stilkana með sjóðandi vatni og eldið í 2 klukkustundir eða þar til þær eru alveg meyrar.

Takið þær upp úr vatninu og eldið þær með olíuskreyti við 220°C þar til þær eru gullnar. Tímabil.

Skerið kálið í þunnar ræmur. Eldið í 15 mínútur í miklu sjóðandi vatni. Útskrift.

Á meðan er hakkað hvítlaukurinn steiktur í smá olíu, kálinu bætt út í og steikt. Stráið salti og pipar yfir og berið fram með ristuðu stilkunum.

UMFERÐ

Einnig er hægt að búa til skaft á mjög heitri pönnu. Djúpsteikið þær á öllum hliðum.

VEIÐIKANIN

INNIHALD

1 kanína

300 g sveppir

2 bollar kjúklingakraftur

1 glas af hvítvíni

1 grein af fersku timjan

1 lárviðarlauf

2 hvítlauksgeirar

1 laukur

1 tómatur

ólífuolía

Salt og pipar

VINNSLA

Saxið kanínuna, kryddið og steikið við háan hita. Farðu út og pantaðu.

Steikið saxaðan lauk og hvítlauk í sömu olíu í 5 mínútur. Kveiktu á eldinum og bættu rifnum tómötum út í. Eldið þar til ekkert vatn er eftir.

Bætið kanínunni aftur út í og þvoið í víni. Látið draga úr því og sósan er næstum þurr. Hellið soðinu út í og látið malla með kryddjurtunum í 25 mínútur eða þar til kjötið er meyrt.

Á meðan skaltu steikja hreinsaða og molna sveppi á heitri pönnu í 2 mínútur. Kryddið með salti og bætið út í pottinn. Eldið í aðrar 2 mínútur og stillið saltið ef þarf.

UMFERÐ

Þú getur líka búið til sömu uppskrift með kjúklingi eða kalkún.

MADRILEAA kálfsstimpil

INNIHALD

4 nautaflök

1 matskeið af ferskri steinselju

2 hvítlauksgeirar

Hveiti, egg og brauðrasp (til áleggs)

ólífuolía

Salt og pipar

VINNSLA

Saxið steinselju og hvítlauk smátt. Blandið þeim saman í skál og bætið brauðmylsnunni út í. Að aðskilja.

Kryddið flökin með salti og pipar og setjið í gegnum blöndu af hveiti, þeyttu eggi og brauðraspi og hvítlauk og steinselju.

Þrýstið með hendinni til að tryggja að spjöldin festist vel og steikið í mikilli heitri olíu í um 15 sekúndur.

UMFERÐ

Maukið flökin með hammer þannig að trefjarnar brotni niður og kjötið verður mýkra.

SVEPPE Kanínusósa

INNIHALD

1 kanína

250 g árstíðabundnir sveppir

50 g smjörfeiti

200 g beikon

45 g möndlur

600 ml kjúklingakraftur

1 glas af sherry

1 gulrót

1 tómatur

1 laukur

1 hvítlauksgeiri

1 timjankvistur

Salt og pipar

VINNSLA

Saxið og kryddið kanínuna. Steikið við háan hita í smjöri með beikoni skorið í stangir. Farðu út og pantaðu.

Steikið saxaðan lauk, gulrætur og hvítlauk í sömu olíu. Bætið söxuðum sveppunum út í og eldið í 2 mínútur. Bætið rifnum tómötum út í og eldið þar til vatnið er frásogast.

Bætið kanínu og beikoni aftur út í og drekkið í víni. Látið draga úr því og sósan er næstum þurr. Bleytið það með seyði og bætið við timjan. Eldið við vægan hita í 25 mínútur eða þar til kanínan er mjúk. Toppið það með möndlum á yfirborðinu og kryddið með salti.

UMFERÐ

Þú getur notað þurrkaða shiitake sveppi. Þeir bera marga bragði og ilm.

IBER SKEL Í HVÍVÍN OG HUNANGI

INNIHALD

1 íberísk svínakótiletta

1 glas af hvítvíni

2 skeiðar af hunangi

1 matskeið af sætri papriku

1 matskeið saxað rósmarín

1 matskeið saxað timjan

1 hvítlauksgeiri

ólífuolía

Salt og pipar

VINNSLA

Setjið krydd, rifinn hvítlauk, hunang og salt í skál. Bætið ½ bolla af olíu saman við og blandið saman. Dreifið rifunum með þessari blöndu.

Steikið við 200°C í 30 mínútur með kjöthliðina niður. Snúið því við, hellið víninu út í og eldið í 30 mínútur í viðbót eða þar til rifin eru brún og meyr.

UMFERÐ

Best er að marinera kjötið daginn áður svo bragðið taki meira inn í rifin.

www.ingramcontent.com/pod-product-compliance
Lightning Source LLC
Chambersburg PA
CBHW050354120526
44590CB00015B/1687